अर्थलिपी

तुमच्या मुलांना शिकवा पैशाचा धडा!

अगदी प्रत्येकजण, परिवारातील लहानग्यांपासून थोरामोठ्यांपर्यंत, वैयक्तिक मित्रपरिवारापासून समाज माध्यमांवर 'मराठी स्टॉक'शी जोडला गेलेला प्रत्येकजण हे पुस्तक प्रत्यक्षात येण्यास कारणीभूत आहे.

अशा प्रत्येकाचे आभार!

अनुक्रमणिका

मुखपृष्ठ : शशांक एच. (लेखक)

चित्रे : एआयद्वारे निर्मित

""आर्थिक शहाणपण म्हणजे २० टक्के ज्ञान आणि ८०
टक्के वर्तणूक"
        – डेव रेमसे (अमेरिकन वित्तसल्लागार) "

" "हुशारी म्हणजे शहाणपण नव्हे"
        – युरीपाइड्स (प्राचीन ग्रीक लेखक) "

प्रस्तावना.

रूढार्थाने म्हटलं तर हे माझं तिसरं पुस्तक. पाहिलं पुस्तक "शेअर मार्केटची तयारी" हे शेअर बाजाराची प्राथमिक माहिती आणि महत्वाच्या आर्थिक संकल्पना स्पष्ट करणारे आणि दुसरं वैयक्तिक वित्त व्यवस्थापनावरील इंग्रजीतील 'टेक इट पर्सनली' ('Take it Personally') हि दोन्ही ई-पुस्तके आहेत. मात्र पेपरबॅक स्वरुपात उपलब्ध होणारे हे पहिलेच पुस्तक.

शालेय क्रमिक अभ्यासक्रमात प्राथमिक पातळीवरून 'वैयक्तिक वित्तव्यवस्थापन आणि वित्तसाक्षरता' या विषयांचा समावेश व्हावा असं माझं नेहमीच मत राहिलं आहे. जे मी वेळोवेळी माझ्या 'मराठी स्टॉक' (@marathistock) या एक्स (पूर्वीचे ट्विटर) या समाज माध्यम

खात्यावरून वेळोवेळी मांडलेलं आहे. पण जे-जे काही ज्ञान म्हणून आहे ते-ते सर्व शैक्षणिक संस्थांमार्फतच मिळतं आणि तेथूनच मिळायला हवं असा आपला गैरसमज राहिलाय. किंबहुना काही विषय हे 'ज्ञान' या पारंपारिक संकल्पनेऐवजी 'सवय' या संज्ञेत चपलख बसतात. कारण 'ज्ञान' हे ग्रहण केले जात असते तर सवय मात्र अंगी बाणवावी लागते.

म्हणूनच 'वैयक्तिक वित्तव्यवस्थापन आणि वित्तसाक्षरता' या बाबी शैक्षणिक पातळीवर जेव्हा कधी गांभीर्याने घेतल्या जातील तेव्हा जातील, पण आपण स्वतः सुरुवात करायला काय हरकत आहे? हाच विचार करून किमान आपल्याला जेवढं शक्य, तेवढं या पुस्तकरूपाने द्यायचा प्रयत्न करूया असं ठरवलं.

या पुस्तकाबद्दल एका वाक्यात सांगायचं तर, याला 'माझे माझ्या मुलांसमवेतचे पैशाचे प्रयोग' असं म्हटल्यास मुळीच वावगं नसेल. कारण जे काही या पुस्तकात सांगितलं आहे ते बहुतांश माझे अनुभव आहेत. 'बालमन आणि पैसा, हे आतापर्यंत काहीसं विषम भासणारं गुणोत्तर प्रत्यक्षात किती रंजक होऊ शकतं हे मला मागील काही वर्षांत जाणवलंय. मुलांसोबत माझे हे पैशाचे प्रयोग आजही सुरु आहेत आणि यापुढेही सुरूच राहतील पण जे-जे मला उमगलंय ते-ते आपणा सर्वांसोबत वाटूया हे या पुस्तकामागील उद्देश.

मुलांना 'वैयक्तिक वित्तव्यवस्थापन आणि वित्तसाक्षरता' यांची ओळख कधी करू द्यायची?

तर याचे उत्तर आहे, जेव्हा मुलं हि 'मुलं' असतील. गोंधळात पडलात? तर मुलं हि 'मुलं' असतील याचा अर्थ इथे मुलांच्या वयोगटाशी आहे. हे पुस्तक लिहितान माझ्या डोळ्यासमोर वयवर्ष ५ ते १२ हा वयोगट ठेवला आहे. कारण हाच तो वयोगट आहे जेव्हा आईबाबां हे मुलांच्या सर्वाधिक जवळचे असतात. वयवर्ष ५ नंतर मुलांच्या आकलन शक्तीची वाढ होऊ लागलेली असते तर वयवर्ष १२-१३ नंतर ते आपल्या मित्र आणि मैत्रिणींमध्ये जास्त रुळणार असतात. तसेच या वयोगटादरम्यानच्या या ७-८ वर्षांच्या काळातील मुलांचे वय अत्यंत संस्कारक्षम असते. याकाळात आई-बाबा त्यांच्यासाठी कोणत्याही सुपरहिरोपेक्षा कमी नसतात. यादरम्यान आई-बाबांचं, किंवा आसपास

असणाऱ्या वडिलधाऱ्या व्यक्तींचं बोलणं-चालणं, सवयी ते आपसूकच 'कॉपी' करत असतात. म्हणून याच काही वर्षांच्या कालावधीचा वापर आपण त्यांची ओळख सहजच अगदी नैसर्गिकपणे पैशाशी करण्यात आणि ती वाढवण्यात करू शकतो. ते कसे हेच याच पुस्तकातून सांगण्याचा प्रयत्न मी केला आहे. अर्थात जे-जे मी केलंय, अनुभवलंय अन् लिहिलंय ते-ते सगळं तुम्ही करा असा माझा अट्टाहास मुळीच नाही. यात तुमच्या सोयीचं जे वाटेल ते स्वीकारण्याचे किंवा नाकारण्याचे स्वातंत्र्य तुम्हाला आहेच. पण या पुस्तकाचा प्रपंच मांडण्यामागची कळकळ मोजक्या शब्दांत मांडायची तर ती म्हणजे,

"आपण सर्वसामान्य माणसांना कल्पना नसते कि 'पर्सनल फायनान्स' नामक बाब आपण वयाच्या तिशीच्या आसपास गांभीर्याने घ्यायला सुरुवात करतो खरंतर जिची मूहूर्तमेढ वीस पंचवीस वर्ष आधीच रोवली जायची असते!"

पुस्तकातील भाषा मी जाणीवपूर्वक अनौपचारिक राखण्याचा प्रयत्न केलाय. त्यामुळे रूढ झालेल्या काही इंग्रजी शब्दांचा वापर तुम्हाला पुस्तकात जाणवेल. ज्यामुळे पुस्तकातील माहितीसंदर्भात मुलांशी संवाद साधणे आपल्याला सोप्पं जाईल. अनेकदा अतिअलंकारिक भाषेमुळे ललित लेखन उत्तम होऊ शकेल पण लेखकाचा वाचकाशी संवाद मात्र तुटक राहतो, त्यामुळे मुलांना डोळ्यासमोर ठेवून लिहिलेल्या या पुस्तकासाठी हे मी टाळायचं ठरवलं.

पुस्तकात अनावश्यक, असंबद्ध माहिती देऊन उगाचच पाने भरण्याऐवजी त्याचे स्वरूप साधे आणि सहज राखण्यावर माझा भर राहिला आहे जेणेकरून पुस्तकातील कोणतेही प्रकरण किंवा पान वाचकाने कधीही उघडून वाचले तरी त्यातील माहितीचे संदर्भ सहज लक्षात घेऊन ते उपयोगात आणता येतील.

मला विश्वास आहे कि या पुस्तकाच्या मदतीने तुम्ही तुमच्या मुलांमध्ये आर्थिक समज नक्कीच निर्माण करू शकाल.

ऋणनिर्देश, पावती

अर्थलिपी

तुमच्या मुलांना शिकवा पैशाचा धडा!

शशांक एच.

1

बीज रोवताना..

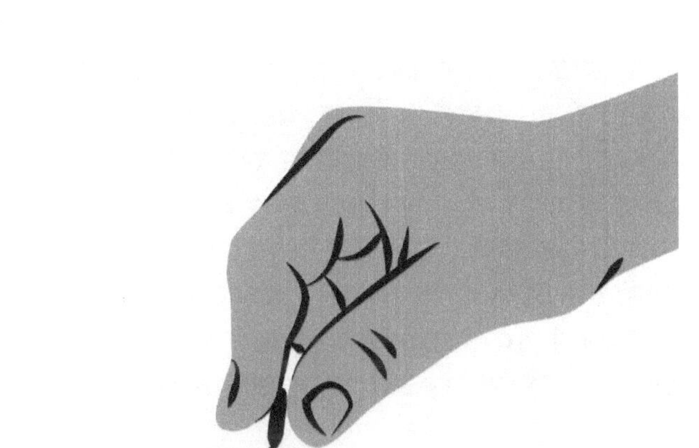

मुलांच्या प्रश्नांची उत्तरे द्या.

प्रश्नांचा शोध घ्या.

प्रश्न पडले नसते तर मानवजात उत्क्रांत झालीच नसती. किंवा आज ज्या टप्प्यावर आहे तिथवर पोहोचणे साध्य झाले नसते एवढं तरी नक्की. 'प्रश्न पडणे अन् त्याची उत्तर शोधणे' हा मानव आणि इतर सजीव यांच्यातील मुलभूत फरक मानता येईल. पण आता आपल्या मर्यादित आयुष्यात जर थोडीफार प्रगती करायची असेल तर मात्र 'प्रश्न पडणे आणि त्यांची उत्तरे मिळवणे' या प्रक्रियेला कालमर्यादा असायला हवी. म्हणजे तरुणपणी पडलेल्या प्रश्नांची उत्तरे म्हातारपणी मिळून काही उपयोग नसतो.

तर मग प्रश्न पडण्याची वाट पाहू नका, प्रश्नांचा शोध घ्या..!

पण मुलांना असंख्य प्रश्न पडत असतात. आपल्या आई-बाबांना, वडीलधाऱ्यांना ते विचारात असतात. तुमच्या मुलांनी विचारलेल्या अशा किती प्रश्नांची तुम्ही उत्तरे देता? आणि त्यातही अशा किती प्रश्नांची उत्तरे केवळ वेळ मारून न नेता खरंच त्यांची उत्सुकता शमवण्यासाठी देता?

हे सगळं मुलांना शालेय अभ्यासातील प्रश्नांबद्दल नाहीये. तर रोज खेळताना, बागडताना, धावताना, धडपडताना, पाहताना, ऐकताना, निरीक्षण करताना पडणाऱ्या शंकेखोर प्रश्नांबद्दल आहे. त्यांची वेळी-अवेळी येणारी प्रश्ने हा तुम्हाला व्यत्यय वाटू शकतो. पण जर त्यांना उत्तरे देण्यास तुम्ही टाळाटाळ केलीत तर त्यांच्या 'आयुष्य शिकण्यात आणि समजून घेण्याच्या प्रक्रियेत' मात्र व्यत्यय येऊ शकतो.

तर मला इथे सर्वप्रथम सांगायचंय, ते म्हणजे मुलांच्या प्रश्नांची उत्तरे द्या. तुम्हाला जर उत्तरे येत नसतील तर 'मी याचं उत्तर शोधेन आणि तुला नक्की सांगेन' असं सांगून खरंच त्यांच्या प्रश्नाचं उत्तर शोधायचा प्रयत्न करा. किंबहुना त्यांना प्रश्न पडलीच पाहिजेत असा तुमचा कटाक्ष असावा. आता तुम्हाला वाटेल कि मुलांना आर्थिक धडे वगैरे देण्याबाबत असलेल्या या पुस्तकाची सुरवात हि 'प्रश्नोत्तरे' वगैरे प्रकरणाने का ?

याचं कारण आपल्याला प्रश्न पडतात ती आपल्या आसपासच्या एकंदरीत परिस्थितीमुळेच. आपण जे ऐकतो, वाचतो, विचार करतो. यामध्ये ज्या बाबींचा समावेश जास्त, मग त्यासंदर्भात आपल्याला पडणारे प्रश्नही जास्त. मग याच न्यायाने तुमच्या मुलांना पडणाऱ्या प्रश्नांमध्ये पैसा, नफा, तोटा, स्वस्त, महाग, बचत, वाढ, घट या शब्दांची रेलचेल असायला हवी. आणि हे कधी शक्य होईल? तर जेव्हा तुम्ही त्यांच्या रोजच्या खेळ, अभ्यास, फिरणे, गाणे, नाचणे या दिनक्रमात काही वित्तीय कृतींचा सुद्धा समावेश कराल. हे शक्य झालं तरच मुलांचे येणारे प्रश्नसुद्धा त्यानुसार येतील. पण त्यासाठी सर्वांत आधी गरज आहे ती त्यांची 'पैसा' नावाच्या विलक्षण गोष्टीशी ओळख करून देण्याची.

कशी?

पाहूया पुढच्या प्रकरणात.

2

ओळख

मुलांशी पैशाविषयी बोला.

पैसा म्हणजे काय ?

तुमच्या लहान मुलांनी कधी तुम्हाला विचारला आहे हा प्रश्न?

उत्तर हो असेल तर चांगली गोष्ट आहे, (अर्थात त्यावर तुम्ही कसे उत्तर दिले हे सुद्धा महत्त्वाचं आहे) आणि विचारला नसेल तर त्यांनी तो प्रश्न विचारावा यासाठी परिस्थिती तुम्ही निर्माण करायला हवी. कारण जर प्रश्न नाही म्हणजे उत्सुकता नाही आणि उत्सुकताच नसेल तर मग संकल्पना स्पष्ट होणे कठीण. थोडक्यात सांगायचं तर उत्क्रांतीकडे जाण्यासाठी उत्सुकता फार गरजेची आहे.

तर आपल्या मूळ प्रश्नाकडे येऊया. अर्थात मुलांच्या दृष्टीकोनातून..

पैसा म्हणजे काय ?

चार-पाच वर्षांच्या मुलांना चॉकलेट आणि केक किंवा आजकाल अगदी पिझ्झा-बर्गर म्हणजे काय हे सांगावं लागत नाही. कारण या प्रकारांचा पुरेपूर अनुभव त्यांनी घेतलेला असतो. त्यामुळे या खाद्यपदार्थांशी त्यांची चांगली ओळख झालेली असते. पण या गोष्टी मिळविण्यासाठी जो पैसा लागतो त्याच्याशी अगदी आपल्या सात–आठ वर्षांच्या मुलांची म्हणावी तशी ओळख आपण करून दिलेली नसते.

आता ओळख करून द्यायची म्हणजे लगेच तुम्ही अर्थशास्त्राचे प्राध्यापक होण्याची काहीच गरज नाही. आणि "अमुक गोष्ट किती महाग आहे? त्यासाठी किती पैसा लागतो, तुला माहित आहे का?" असं चुकीच्या मार्गाने जाण्याचा प्रकार तर मुळीच नसावा.

काय आणि कसं करता येईल?

कथा-कथन अर्थात स्टोरी टेलिंग :

आपल्या पिढीच्या लहानपणी गोष्टी सांगणे, ऐकणे आणि पुढे त्या वाचणे हा आयुष्यातील एक संस्कारक्षम टप्पा होता. याचाच वापर इथे करता येईल. मुलांना सांगितल्या जाणाऱ्या छोट्या गोष्टी, त्यांच्यासोबत केल्या जाणाऱ्या गप्पा, यामध्ये पैशाचा संदर्भ येऊ द्या.

एखादी गोष्ट पैशाचे महत्व विषद करणारी. तर दुसऱ्या बाजूस त्याची हावसुद्धा कशी वाईट ठरू शकते हे सांगणारे उदाहरण त्यांच्यासमोर मांडा. अर्थात हे असं एकदम नव्हे पण टप्प्याटप्प्याने होऊदे.

लक्षात घ्या हे सगळं सांगताना आपला मूळ हेतू पैशाचा उद्देश आणि वापर हे मुलांसमोर आणायचा असावा. यासाठी खालील कृती तुम्ही करू शकता.

"खाऊ, कपडे आणि खेळणी अशा अनेक गोष्टींसाठी पैसा लागतो" हे मुलांना सोप्या भाषेत सांगणे आणि समजावणे. "आणि हा पैसा येतो कुठून? यासाठी आई-बाबा काम करतात, किंवा आपला व्यवसाय-उद्योग सांभाळतात अशी माहिती सहज-सोप्या भाषेत मुलांना दिली जावी. आणि या व्यावसायिक श्रमातून म्हणजेच नोकरी व्यवसायातून मिळणारा पैसा म्हणजे आई बाबांना महिन्याला मिळणारा पगार, किंवा आपल्या उद्योग, दुकान यामधून आपल्याला मिळणारे पैसे ज्याचा वापर करून आई-बाबा तुम्हाला (मुलांना) खाऊ, कपडे, घरातील समान इत्यादी गोष्टी घेतात." हे अशा प्रकारे मुलांना सांगतानाच त्यामधील 'पैशाचे महत्व' हि बाब अधोरेखित होईल असा प्रयत्न असावा.

3

व्यापार - व्यवहार

मुलांना आर्थिक व्यवहारांचे साक्षीदार होऊ द्या.

पैसा म्हणजे काय आणि तो येतो कुठून यानंतर त्याचा वापर आणि विनियोग कसा होतो याबद्दलसुद्धा मुलांना समजेल अशा प्रकारे सांगितले जावे. यासाठी त्यांना रोजच्या छोट्या-मोठ्या आर्थिक व्यवहारांचे साक्षीदार होऊद्या.

एखादी वस्तू खरेदी किंवा सेवेचा वापर करण्यासाठी पैसे द्यावे लागतात हे मुलांना समजावतानाच अशा काही छोट्या खरेदी-विक्रीच्या देवाण-घेवा घेवाणाचे व्यवहार मुलांच्या समोर होऊ द्या.

तुमच्याकडून दुकानदार किंवा सेवा प्रदात्यासोबत किंमतीत केली जाणारी घासाघीस म्हणजेच 'बार्गेनिंग' मुलांना सुद्धा पाहू द्या, अनुभवू द्या. त्यांना विचार करु द्या, कि असं नक्की काय आहे कि आई-बाबा पैसा नावाची गोष्ट इतकी वाचवू पाहत असतात.

डब्बाबँक : याची ओळख तशी जुनीच पण त्याचा परीणामकतेने वापर मात्र होताना दिसत नाही. उत्साहाच्या भरात मुलांना पिगीबँक दिली तर जाते पण त्यात टाकण्यासाठी नियमित पैसे देण्याचा आईबाबांचा आणि पैसे साठविण्याचा मुलांचा उत्साह एकत्रच मावळतो.

मग काय करायचं ?

या डब्बा बँकेसोबत मुलांना एक छोटी वही किंवा डायरी सुद्धा द्या. रोज किंवा जेव्हा कधी या डब्ब्यात टाकण्यासाठी मुलांना पैसे दिले जातील त्याची नोंद त्यांना त्या वहीत करायला सांगा. एखाद्या दिवशी केलेली चांगली कामगिरी, वर्तणूक यासाठी दिले गेलेले पैसे याची नोंद त्यांना त्या वहीत करायला लावा. आणि दर पंधरा दिवसांनी त्याचा आढावा मुलांना घ्यायाला सांगा किंबहुना सुरुवातीला यामध्ये त्यांना तुमचं सहकार्य हवंच. म्हणजे डब्बाबँकेत साठलेले पैसे किती आहेत, कोणत्या कारणासाठी जास्त वेळा पैसे मिळाले. यासारख्या बाबी यावेळी त्यांच्या समोर अधोरेखित करा.

हे करताना लक्षात असुदे कि मुलांना पैसे हाताळायला मिळायला हवेत. विविध नाणी, नोटा त्यांना पाहायला जरूर द्या. पण उगाचच मोठ्या रकमेची नोट त्यांना देणे टाळा. लक्षात घ्या, तुम्हाला त्यांना पैशाचं मूल्य आणि महत्व सांगायचं आहे, त्यांच्यालेखी त्याचं

अवमूल्यन करायचं नाहीये.

तुमचं मुले दुसरी तिसरी इयत्तेत असतील तर सुपरमार्केटसारख्या ठिकाणी गेल्यावर छोट्या-मोठ्या वस्तूंच्या किमंती सांगणे. त्यावरील सूट म्हणजेच डिस्काऊंट समजावणे, दोन वेगवेगळ्या ब्रांड्सच्या समान उत्पादनांच्या किमतीची तुलना करणे. अशा बाबी त्यांना शिकवा. पुढे सवयीचं झाल्यानंतर हि कामगिरी मुलांवर स्वतंत्रपणे सोपवा. बिलिंगच्या वेळी पेमेंट जर कार्ड किंवा युपीआयसारख्या प्रणालीने केल्यास, रक्कम आपल्या बँक खात्यातून वळती झाल्याचा आपल्याला मोबाईलवर आलेला मेसेज दाखवून किती रक्कम वजा झाली आणि त्यानंतर बँक खात्यात किती शिल्लक आहे, याबाबत माहिती त्यांना द्या.

कदाचित वर सांगितलेल्या काही कृती तुमच्या मुलांना समजण्यास सुरवातीला कठीण जाऊ शकतील, पण पैसा नावाच्या विलक्षण गोष्टीसोबत त्यांची ओळख पक्की होऊ द्यायची असेल तर एवढं करावंच लागेल.

असं अनेकदा झालं असेल, तुम्ही तुमच्या सात–आठ वर्षांच्या लहानग्या–लहानगी सोबत बाजारात गेले असाल. आणि आपल्या बालस्वभावानुसार त्यांनी एखाद्या खेळण्यासाठी हट्ट धरला असेल. आत यात वेगळं असं काहीच नाही, कारण असं बहुतेक सर्व आई-बाबांसोबत होत असतं आणि यापुढेही होत राहील. पण अशावेळी तुम्ही त्यांच्या हट्टाला कसा प्रतिसाद देता ते महत्वाचं ठरतं.

वरील प्रसंगात काहीजण असे असतात जे मुलाने हट्ट करायचा अवकाश, कि पुढील काही क्षणांत ते खेळणं त्यांच्या हाती देतात. तर दुसरे असतात जे आपल्या नकारावर इतके ठाम असतात कि मुलांस त्या ठिकाणाहून फरफटत घेऊन जातात. अर्थात बहुतांश वेळी यामागील कारणे आर्थिकच असतात. पण या प्रसंगाचं उदाहरण देण्याचं कारण कि या दरम्यान या विषयाचा केंद्रबिंदू असतं खेळणं, पण यात आपल्याला थोडासा बदल करून मुलाचं लक्ष त्या खेळण्याची किंमत जी आपण ज्याद्वारे चुकवणार आहोत त्या पैशावर आणायचं आहे. तेही यात फार चर्चेचं गुऱ्हाळ न आणता. त्या खेळण्याच्या किमंती संदर्भात तुमचं

विक्रेत्यासोबत चालणाऱ्या संवादात मुलांनासुद्धा सामील करा. म्हणजे किंमतीमध्ये तडजोड करताना ती किंमत किती आहे आणि कशी महाग आहे याबदल त्यांच्याशी बोला. अन् तडजोडी अखेर सौदा झाल्यानंतर खेळण्याची किंमत मूळ किंमतीच्या तुलनेत कितीने कमी केली मुलांना सांगा. हे अगदी त्यावेळी नाही शक्य झालं तरी नंतर घरी निवांतपणे सांगितलं तरी हरकत नाही. अर्थात या सर्व बाबी सुरवातीला त्यांच्या लक्षात येणार नाहीत पण हि त्यांच्या व्यवहार ज्ञानाची सुरवात असेल.

वरील प्रसंगांद्वारे कोणत्या बाबी मुलांच्या मनावर बिंबवल्या जाऊ शकतात?

- पैसा महत्त्वाची गोष्ट आहे.
- आपल्याला खाऊ आणि खेळणी घेण्यासाठी पैसे लागतात.
- पैसे सहज आणि उगाचच दुसऱ्याच्या हातात सोपवायची बाब नाही.
- पैसा वाचवायचा असतो, साठवायचा असतो.

उदाहरणादाखल खाली आणखी एक प्रसंग देत आहे, अशा अनेक प्रसंगातून आपण मुलांच्या मनात पैसा हि संकल्पना रुजवू शकतो.

रोज स्कूल बसने शाळेत जाणाऱ्या माझ्या मुलीला एके दिवशी मी कॅब अर्थात भाडेतत्त्वावरील गाडीने शाळेत सोडलं तेव्हा घरी आल्यावर तिने "बाबा रोज असंच शाळेत सोडा ना" असं सांगितल्यावर तिला वेळेची अपरिहार्यता समजावताना च स्कूलबस आणि कॅब या दोन्हीसाठी लागणारे पैसे खर्चाच्या नव्हे तर बचतीच्या उदाहरणाने सांगितले.

म्हणजे "जर तुला कॅबने शाळेत पाठवले तर आपल्याला महिन्याला अमुक इतके पैसे द्यावे लागतील पण स्कूल बसने शाळेत गेल्यामुळे आपण महिन्याकाठी अमुक इतके पैसे वाचवू शकतो ज्यामुळे तुझ्या वाढदिवसाला आपल्याला चांगले गिफ्ट घेणे सोपं होईल "

तर लक्षात घ्या कि अशा वेगवेगळ्या प्रासंगिक पद्धतीने तुम्ही मुलांची आपल्या दैनंदिन जीवनातील वितीय व्यवहारांत त्यांना सामील करून घेऊन वित्तसाक्षरतेच्या प्रवासासाठी त्यांना आणखी सक्षम बनवू

पाहाल.

4
बजेटिंग, नियोजन वगैरे

छोट्या मोठ्या बाबींचं बजेटिंग मुलांना स्वतः करु द्या.

उन्हाळ्यात मुंग्यांच्या रांगा अनेकदा दृष्टीस पडतात. घरात इकडे-तिकडे सर्वत्र. मला आठवतंय ३-४ वर्षांपूर्वी तेव्हा पाच वर्षांची असणाऱ्या माझ्या मुलीने अशाच एका उन्हाळ्यातील रविवारी माझी दुपारची झोप "बाबा मुंग्या" असं जोरात ओरडून मोडली होती. त्यानंतर पुढील अर्धा-पाउण तास त्या मुंग्या, त्यांची पावसाळ्यापूर्वीची बेगमी वगैरे समजावून सांगत नियोजन आणि बजेटिंगचा धडा मी तिला शिकवला होता.

मला इथे तुम्हाला सांगायचं आहे कि उन्हाळ्यातील मुंग्या असोत किंवा घरटं उभारण्यासाठी होत असलेली पक्ष्यांची धडपड असो, तुम्हालाही कधी मुलांसोबत असताना असा प्रसंग आल्यास त्यावेळी मुलांना या जीवांची लगबग आणि त्यामागची योजना काय असते हे समजावून सांगा. जेणेकरून माणूसच काय तर पृथ्वीवरील बहुतांश सजीव आपापल्या परीने नियोजन, साठवणूक याबाबत गंभीर असतात याची जाणीव त्यांना याद्वारे नक्की होईल.

बजेटिंग अर्थात कठीण शब्दांत सांगायचं तर वित्तीय नियोजन. तुम्ही कधी ते केलं असो वा नसो पण मुलांना मात्र याची ओळख करून द्यायला हवी हे लक्षात असुद्या, कारण..

"मनी बाळगलेलं कोणतंही 'ध्येय' हे योजनेविना फक्त एक 'इच्छा' बनून राहते."

इथे आपण आपल्या मोठ्यांच्या मनातील धेय्य आणि इच्छा म्हणजे गाडी, बंगला, परदेशवारी वगैरेबद्दल बोलण्याचा प्रश्नच नाही. प्रश्न मुलांचा आहे, म्हणूनच "आंधळेपणाने घेतलेले निर्णय" आणि "डोळसपणे केलेली सुनियोजित कृती" यातील फरक त्यांना तुम्ही त्यांना दाखवून द्यायला हवा.

काय करता येईल?

थोडा विचार केल्यावर तुमच्या लक्षात येईल कि आपल्या मोठ्यांपेक्षा दहापट स्वप्नं मुलं पाहतात. अगदी वीकेंडला काय करायचं? असो किंवा सुट्टीत कुठं जायचं यापासून अगदी आईसक्रिम कोणत्या फ्लेवरचं हवं? त्यांच्या सर्व इच्छा, योजना तयार असतात. आता यामध्ये आपल्याला फक्त वित्तीय शिकवणीची फोडणी द्यायची आहे.

समजा तुमच्या मुलीचा वाढदिवस जवळ येतोय, तर मग त्यादिवशी येणाऱ्या तिच्या मित्र मैत्रिणींना दिल्या जाणाऱ्या 'रिटर्न गिफ्टचे बजेटिंग' तिच्यावर सोपवा. अर्थात त्या आधी त्याचं एक प्रात्यक्षिक म्हणजेच आजच्या भाषेत "लाइव्ह डेमो" तुम्हीं तिला द्यायला हवा.

रिटर्न गिफ्टसाठीची खर्च केली जाऊ शकणारी एक नियोजित रक्कम तसेच रिटर्न गिफ्टचे विविध पर्याय (उदाहरणार्थ, पेन्सिल कीट, ड्रॉइंग कीट, कंपासपेटी) तिला सांगितले जातील ज्यानुसार ती, अंदाजे किती मित्रंमैत्रिणी वाढदिवसाला येतील, आणि वेगवेगळ्या पर्यायानुसार एकंदरीत खर्च किती होऊ शकेल याचा विचार करून एक अंदाजपत्रक तयार करेल. यात आणखी एक गोष्ट तुम्ही करू शकाल म्हणजे या रिटर्न गिफ्टसाठी येणाऱ्या एकूण खर्चाच्या १०% योगदान तिच्या डब्बा बँकेतून होऊ द्या. यामुळे काय होईल, कि बजेटिंगच्या धड्यासोबतच पैसा खर्च करण्याची गरज आणि तो वाचविण्याची निकड या दोन्हीची ओळख तिला होऊ शकेल.

वरील कल्पना केवळ उदाहरणादाखल असली तरी वर्षभरातील मुलांशी निगडीत असलेल्या अनेक छोट्या मोठ्या बाबींचं बजेटिंग मुलांना स्वतः करू द्या. अर्थात त्यांना जमेल तिथे तुमची मदत हवीच.
याने काय होईल?

- त्यांची आकड्यांशी सलगी वाढेल तीही वित्तीय दृष्टीकोनातून.
- बजेटिंग करताना पैसा नक्की किती अन् कुठे खर्च करणे आहे आणि कुठे तितकासा गरजेचा नाही याचं भान त्यांना येऊ शकेल.
- आधीच्या अनुभावानुसार पुढील योजना अधिक चांगल्या प्रकारे आखता येऊ शकतात याची जाणीव मुलांना होऊ शकेल.
- गरज, इच्छा यानुसार पैशाची विभागणी करण्याचं शहाणपण त्यांच्यात येऊ शकेल.

5

होऊ दे का खर्च?

योग्य तिथे खर्च करणे हा सुद्धा वित्तसाक्षरतेचा भाग.

वित्तसाक्षरतेचे धडे देताना आपल्याकडे बरेचदा एकसुरीपणा दिसतो तो म्हणजे, पैसे वाचवा, बचत करा, साठवा, खर्च करू नका, वगैरे-वगैरे. अर्थात यामध्ये काही वावगं नसेल जर ते फक्त बचत करा, खर्च कमी करा इतपर्यंत असेल तर. पण हे सल्ले जर केवळ "खर्च करूच नका, बचतच करा" अशा मार्गाने जाणार असतील तर मात्र सावध होण्याची गरज आहे. म्हणजे समजा जर तुम्ही अतिशय तहानलेले आहात, आसपास कुठे पिण्यायोग्य पाणी मिळण्याची शक्यता नसेल आणि "पाणी विकत घेणार नाहीच" अशी तुमची भूमिका असेल तर कसं राहील? रेनकोट किंवा छत्री खरेदी न करता संपूर्ण पावसाळा काढून तुम्ही पैसे खरच वाचवणार कि पुढे औषधोपचारांसाठी त्यात आणखी भर घालणार?

वरील उदाहरणांतून हेच सांगायचं आहे कि योग्य तिथे खर्च करणे हा सुद्धा वित्तसाक्षरतेचा भाग आहे. मग आता 'खर्च' हे प्रकरण लहानग्यांच्या गळी कसं उतरवायचं?

खर्च करणे म्हणजे एखादी वस्तू किंवा सेवा विकत घेण्यासाठी पैसे वापरणे. यामध्ये खेळणी, कपडे, आईस्क्रीम, राइइस किंवा सिनेमा असं काहीही असू शकतं. पण मुलांना याची ओळख करून देण्यासाठी छोट्या टप्प्याने सुरुवात करता येईल. आसपास होऊ शकणारी छोटी खरेदी, बाजारहाट तुमच्या मुलांसमवेत होऊद्या. जसं मी केलं आणि आजही नेहमी करतो.

मला आठवतं जेव्हा मी पहिल्यांदा माझ्या आठ वर्षांच्या मुलीकडून भाजीमंडई किंवा जवळच्या सुपर मार्केटमधून तीस चाळीस रुपयांची वेगवेगळी खरेदी स्वतंत्रपणे तिच्या हातून करून घेतली होती.

इथे अट एकच होती ती म्हणजे हि खरेदी मुलांच्या हाताने आणि फक्त कॅश अर्थात रोखीने होणार. मी पन्नास रुपयांची नोट माझ्या मुलीकडे दिली. आणि पुढील रु.पाच, दहा, आठ असा साधारण पस्तीस एक रुपयांच्या खरेदीचा व्यवहार तिच्या हाताने होऊ दिला, अर्थात माझ्या निगराणीखाली. यामध्ये खोडरबर, पेन्सिल, कोथिंबीर, चॉकलेट अशी 'डायव्हर्सीफाईड' खरेदी होती. या खरेदीअखेर मुलीच्या हाती पंधरा एक रुपये शिल्लक उरले. आणि मग घरी आल्यानंतर सगळा हिशेब

समजावून सांगत तिला विचारलं कि 'या खरेदीमध्ये कोणत्या गोष्टी होत्या ज्या आपल्याला हव्या होत्या अर्थात गरजेच्या होत्या आणि कोणत्या गोष्टी तितक्या आवश्यक नव्हत्या?' आणि मग आम्ही खालील निकषांवर पोहोचलो,

पेन्सिल : आधीच एक पेन्सिलचे तीन बॉक्स घरी पडून होते, त्यामुळे नव्या पेन्सिलची तितकी गरज नव्हती.

खोडरबर : शोध घेतल्यावर लक्षात आलं कि मोजून ३ नग खोडरबर मुलांच्या शाळेच्या दप्तरात आहेत आणि दोन्ही मुलांना चित्रकलेची हौस थोडी जास्तच असल्याने खोडरबर लागणारच होतं, त्यामुळे याची गरज होती.

कोथिंबीर : अर्थात हवीच होती, कारण वरून तसा आदेशाच होता. यावर चर्चा नाही.

चॉकलेट: माझ्या चार वर्षांच्या मुलाचा वाढदिवस तीन दिवसापूर्वी साजरा केला होता त्यावेळ भेट स्वरुपात मिळालेले काही चॉकलेट्स अजूनही आहेत आणि आरोग्याच्या दृष्टीकोनातून आपल्याकडील 'गोड खाण्याच्या रेशनिंग पद्धतीमुळे' पुढील काही दिवस ते आरामात पुरतील त्यामुळे "चॉकलेटची गरज नाही" हे खुद्द मुलीच्या तोंडूनच ऐकायला बरं वाटलं.

वरील प्रकारच्या प्रयोगामुळे यामुळे काय होतं? स्वतः केलेल्या खरेदी व्यवहारातून मुलांना पैसे खर्च करण्याचा स्वतंत्र अनुभव तर मिळतोच पण त्याच सोबत 'गरज असलेल्या वस्तूंसाठी झालेला खर्च हा योग्य खर्च आणि नसलेल्या वस्तूंसाठी झालेला खर्च हा वायफळ खर्च' अशी जाणीवसुद्धा त्यांना होऊ लागते.

पण गरज आणि इच्छा याचे निश्चितीकरण वित्त व्यवस्थापनात किती महत्वाचे आहे हे पाहूया पुढील प्रकरणात.

6

गरज आणि इच्छा

खरेदी, गरज आणि इच्छा यामध्ये विभागल्याने खर्चावर नियंत्रण
शक्य.

गरजा आणि इच्छा.

वैयक्तिक वित्त व्यवस्थापनामध्ये वरील दोन शब्द महत्त्वाचे आहेत.

जगण्यासाठी आवश्यक बाबी म्हणजे 'गरजा' यामध्ये प्रामुख्याने अन्न, कपडे आणि निवारा म्हणजेच घर यांचा समावेश होतो.

'इच्छा' या गोष्टी असतात ज्या जगण्यासाठी आवश्यक नसतात पण तरीही त्या आपल्याला हव्याशा वाटतात. यामध्ये पिकनिक, खरेदी, टीव्ही, आणि मुलांच्या नजरेतून सांगायचं झालं तर खेळणी, कँडी आणि मोबाईल गेम्स यांचा समावेश आहे.

'गरजा आणि इच्छा' यांच्यातील फरक जाणून घेतल्याने खर्चासंदर्भातील आपले निर्णय चांगल्या रीतीने घेण्यास मदत होते.

पैसे हुशारीने खर्च करण्यात मदत होण्यासाठी येथे काही सोप्या पायऱ्या देत आहोत ज्यांचा वापर स्वतः करायचा आहेच पण मुलांची किंवा त्यांच्यासाठी खरेदी करताना (अर्थात त्यांच्या सहभागानेच) आपल्या कृतीतून मुलांनासुद्धा याचे प्रत्यक्ष-अप्रत्यक्ष धडे द्यायचे आहेत.

खरेदी करण्यापूर्वी विचार करा.

तुम्ही काही खरेदी करण्यापूर्वी, स्वतःला विचारा, "मला याची खरच गरज आहे का?" उत्तर हो असेल तरच खरेदी करा. आणि खरेदी करणे जर नक्की असेल तर खरेदी करू पाहत असलेल्या उत्पादन किंवा सेवेपेक्षा उत्तम असा दुसरा पर्याय रास्त दरांत आणि विहित वेळेमध्ये उपलब्ध होऊ शकतो का, याचीसुद्धा चाचपणी होऊद्या. मुलं सोबत असताना आर्थिक निर्णय तुमच्याकडून अशाप्रकारे डोळसपणे घेतले जात असताना पाहून हि आर्थिक शिस्त त्यांच्यातही उतरू पाहिल. अर्थात हे सगळं काही एक-दोन दिवसांत घडून येणार नाही पण यात नियमितपणा असेल तर काही काळाने फरक नक्कीच दिसून येऊ शकेल.

यादी बनवा.

वेळोवेळी खरेदीपूर्वी तुम्हाला गरजेच्या (Need) असलेल्या आणि हव्या (Want) असलेल्या वस्तू सेवांची यादी बनवा. यादी लिहून काढण्याची जबाबदारी मुलांवर सोपवा. यामुळे तुमच्यासाठी महत्त्वाचे

काय आहे हे जाणून घेण्यास मदत होईल. अर्थात प्रत्येकवेळी यादी बनवणे शक्य नाही अशा वेळी खरेदीसमयी त्या-त्या वस्तू किंवा सेवा तुमच्या गरज आणि इच्छा या पैकी कोणत्या वर्गात बसते हा प्रश्न स्वतःला विचारून तुम्ही घेऊ शकता आणि अर्थातच मुलांनाही याची सवय लावल्यास मुलांमध्ये व्यवहारज्ञान वाढण्यास मदत होईल.

अर्थातच यादी तुम्हाला महत्त्वाची वस्तू प्रथम खरेदी करण्यास उद्युक्त करू शकते.

बजेट बनवा

खर्चाचे बजेट म्हणजे तुमचे पैसे कसे खर्च करायचे याची योजना. यातून किती पैसे खर्च केले जाऊ शकतात हे ठरवता येते.

यामुळे बजेटपेक्षा जास्त खर्च न करण्याची सवय वाढीस लागते. मुलांना त्यांच्या चांगल्या सवयी आणि वागणुकीसाठी डब्बाबँकेत साठविण्यासाठी दिलेल्या पैशातून त्यांचा किरकोळ शालेय खर्च म्हणजे क्राफ्टपेपर, खोडरबर, पेन-पेन्सिल वगैरेंची खरेदी करण्यास प्रोत्साहित करा. अर्थात त्यामध्ये वेळोवेळी पालक म्हणून तुम्ही मदत असेलच पण त्यात त्यांचे स्वतःचे योगदान असेल तर त्यामध्ये नियोजन आणि बजेटिंग हे घटक आपोआप त्यांच्या लक्षात येतील.

ऑफर्स, सूट वगैरे.

कोणतीही खरेदी करण्यापूर्वी त्यामध्ये काही ऑफर किंवा सूट आहेत का ते तपासा. अर्थात त्यात दर्जा हा महत्त्वाचा घटक विचारात घेऊनच.

काहीवेळा हवी असलेली वस्तू तुम्हाला इतर ठिकाणी किंवा ऑनलाईन स्वस्त मिळू शकते. तसेच अनेकदा विक्री किंमतीवर घासाघीस करणे फायद्याचे ठरू शकते हे हेतुपुरस्सर मुलांच्या लक्षात येऊ दे.

7

तीन मित्र : किंमत, मागणी आणि पुरवठा

उत्पादन व सेवेची किंमत मागणी आणि पुरवठ्यानुसार ठरते.

"आई, या वहीची किंमत वाढली"

"बाबा, टोमॅटो किती स्वस्त झालीत पहा"

मुलांकडून अशी वाक्ये येऊ लागली असतील तर मुले बाजारहाट, खर्च या पैशाशी निगडीत संकल्पना समजू लागली आहेत असं समजायला हरकत नाही. मग आता हि वेळ उत्पादने-वस्तू यांच्या किंमतीचे त्यांच्या मागणी आणि पुरवठ्याशी असणारे नाते समजावून सांगायला उत्तम असते.

कसं समजावून सांगाल?

मुलांना पुढीलप्रमाणे एखादं उदाहरण देऊ शकाल.

"मुलांनो, समजा तुम्ही लिंबू सरबत विक्री केंद्र सुरु केलंत. तिथे तुम्ही विकत असलेल्या लिंबू सरबताच्या किंमतीवर पुढील परिस्थिती आणि शक्यतांचा कसा परिणाम होऊ शकतो ते समजून घेऊया."

मागणी अर्थात Demand

१. उच्च मागणी : उत्पादन किंवा सेवेस (इथे सरबताला) ग्राहकांची जास्त मागणी असणे.

कल्पना करा की उन्हाळ्याचे दिवस आहेत आणि साहजिकच लोक तहानलेले आहेत. त्यामुळे लिंबू सरबत पिण्यासाठी तुमच्या केंद्रावर बरीच गर्दी झालेली आहे.

याचा अर्थ तुमच्या उत्पादनाची म्हणजे लिंबू सरबताची मागणी वाढली आहे. यामुळे तुमचे सरबत आणि लिंबु लवकर संपू शकेल. प्रत्येकाला लिंबू सरबत हवे असल्याने म्हणजेच मागणी जास्त असल्याने तुम्ही किंमत थोडी वाढवू शकता. कारण लोक तरीही ते खरेदी ते करतील याची खात्री तुम्हाला आहे.

२. कमी मागणी : अर्थात ग्राहकांचा प्रतिसाद कमी

कल्पना करा की पावसाळ्यातील असा एखादा दिवस आहे ज्या दिवशी मुसळधार पाऊस पडत आहे. वातावरणात गारठा असल्याने तहान लागण्याचे प्रमाणसुद्धा कमी आहे आणि पाऊस फार असल्याने रस्त्यावर लोकांची फारशी वर्दळसुद्धा नाही. साहजिकच तुमच्याकडे

लिंबू सरबत पिण्यास येणाऱ्या ग्राहकांची संख्या या दिवशी फारच कमी आहे.

म्हणजे इथे तुमच्या लिंबू सरबताला मागणी कमी झाली आहे. पण तुम्ही ते बनवलं असल्याने तुम्हाला ते विकावे लागणार. अशावेळी तुम्ही तुमच्या सरबताची किंमत कमी करून ग्राहकांना आकर्षित करू शकता. म्हणजेच इथे मागणी कमी झाल्याने किंमतही कमी झाली.

पुरवठा अर्थात *Supply*

१. कमी पुरवठा: (Low supply)

तुमच्याकडे सरबत बनविण्यासाठी फारच कमी लिंबू शिल्लक असतील म्हणजे तुम्ही आज नेहमीच्या प्रमाणात जास्त लिंबूपाणी बनवू शकत नाही. तुमच्या आसपास दुसरा कोणीही थंडपेय विक्रेता नसल्याने ग्राहकांना तुमचा एकमेव पर्याय आहे. ग्राहकवर्ग नेहमीच्या प्रमाणात येत आहे. पण विकण्यासाठी मुळात तुमचं उत्पादन म्हणजे लिंबू सरबत आज कमी प्रमाणात असल्याने तुम्ही आज लिंबू सरबताची किंमत काहीशी वाढवण्याचा विचार करू शकता. कारण आज पुरवठा कमी असल्याने उत्पादन म्हणजे लिंबू सरबत काहीसं दुर्मिळ झाल्यासारखी परिस्थिती आहे. अर्थातच त्यामुळे उत्पादनाची म्हणजेच तुमच्या लिंबू सरबताची किंमत वाढू शकते.

२. उच्च पुरवठा: (High supply)

घाऊक बाजारातून खरेदी केल्याने आज तुमच्याकडे भरपूर लिंबू आहेत असं समजा आणि त्यामुळे लिंबू सरबत तुमच्याकडे जास्त प्रमाणात विक्रीसाठी उपलब्ध आहे. पण ग्राहकसंख्या मर्यादित असल्याने तुम्ही आज लिंबू सरबताची किंमत कमी करून अधिकाधिक ग्राहकांना आकर्षित करू शकता. म्हणजेच पुरवठा जास्त पण ग्राहक तुलनेत कमी यामुळे उत्पादन वाया जाण्याच्या भीतीने किंमत कमी होऊ शकते.

आता वर स्पष्ट केलेल्या शक्यता थोडक्यात.

जास्त मागणी + कमी पुरवठा : किंमत वाढते. कारण उत्पादन-सेवा बऱ्याच लोकांना हवी असते पण त्याची उपलब्धता जास्त नाही.

कमी मागणी + जास्त पुरवठा : किमती कमी होते. कारण उत्पादन-सेवा मोठ्या प्रमाणात उपलब्ध आहे पण ते अनेकांना नकोय.

जास्त मागणी + जास्त पुरवठा : किंमत सारखीच राहू शकते किंवा किरकोळ वाढू शकते कारण बऱ्याच लोकांना उत्पादन हवंय पण तसंही ते विक्रीसाठी भरपूर उपलब्ध आहे.

कमी मागणी + कमी पुरवठा : किंमत सारखीच राहू शकते किंवा किरकोळ कमी होऊ शकते कारण कमी लोकांना हवंय आणि तसंही ते जास्त उपलब्ध नाही.

सारांश

- अनेक लोकांना उत्पादन-सेवा हवे असल्यास : किमती वाढतात.
- अनेक लोकांना उत्पादन-सेवा नको नसल्यास : किमती कमी होतात.
- उत्पादन–सेवा कमी प्रमाणात उपलब्ध असल्यास : किमती वाढतात.
- उत्पादन–सेवा जास्त प्रमाणात उपलब्ध असल्यास : किमती कमी होतात.

तर मुलांनं सांगा, कि "काहीसं असंच होतं जेव्हा पिक कमी-जास्त आल्याने टोमॅटो महाग किंवा स्वस्त होत असतो. किंवा जून महिन्यात शाळा सुरु होताना वह्या पुस्तकांना मागणी जास्त असते ज्यामुळे साहजिकच तेव्हा त्यांची किंमती जास्त असू शकते."

लक्षात ठेवा उत्पादने-सेवा यांची किंमत मुख्यत्वे त्यांना लोकांची अर्थात ग्राहकांची असलेली मागणी त्याच बरोबर उत्पादने-सेवा यांचा पुरवठा यावर ठरत असते.

पण थांबा हि संकल्पना इतेच पूर्ण होत नाही. समजा एखाद्या उत्पादनाची किंमत ग्राहकांना जास्त वाटल्यास ते त्या उत्पादन-सेवेस कमी प्रतीसाद देतात. मग उत्पादन निर्माती कंपनीकडून किंवा

सेवाप्रदात्याकडून त्या उत्पादन किंवा सेवेची किंमत कमी करून पहिली जाते किंवा पुरवठा कमी केला जातो. याच्या अगदी उलट म्हणजे किंमत ग्राहकांच्या दृष्टीने कमी असेल तर ग्राहक ते जास्त प्रमाणात खरेदी करतात, ज्यामुळे साहजिकच पुढे त्या उत्पादनाची किंमत आणि पुरवठा वाढू शकतो. म्हणून बऱ्याच वेळा एफएमसीजी म्हणजे ग्राहकोपयोगी उत्पादने निर्मिती करणाऱ्या कंपन्या आपल्या एखाद्या नवीन उत्पादनाची किंमत कमी ठेवतात, जसे 'सुरवातीची विशेष किंमत' (Introductory Price) जेणे करून ग्राहकांचा चांगला प्रतिसाद मिळावा.

म्हणजे लक्षात घेण्यासारखी बाब अशी कि फक्त मागणी-पुरवठा उत्पादन सेवेच्या किंमतीवर परिणाम करीत नाही तर किंमतीतील चढउतारसुद्धा उत्पादनाच्या मागणी-पुरवठ्यावर परिणाम करतात.

अर्थात या व्यतिरिक्त बाजारातील स्पर्धासुद्धा किंमतीवर परिणाम करत असते. म्हणजे एकच उत्पादन–सेवा विकणारे अनेकजण असतील तर त्यांच्यातील स्पर्धेमुळे उत्पादनांच्या किंमती मर्यादेत राहू शकतात. तसेच एकाधिकारशाही म्हणजे उत्पादन सेवा निर्माते–विक्रेते एकच किंवा त्यांची संख्या मर्यादित असतील तर बाजारात मक्तेदारी निर्माण होऊन त्यांच्या उत्पादन–सेवांच्या किंमती चढ्या राहण्याची शक्यता असते.

थोडक्यात बोलायचं तर, किंमत, मागणी आणि पुरवठा हे तिघे असे मित्र आहेत ज्यांचे स्वभाव एकमेकांवर अवलंबून आहेत.

8

'ग' गुंतवणुकीचा!

"पैसा हा साठवल्याने फक्त जमा होतो, गुंतवणुकीने तो वाढीस लागतो.

ईशाच्या वाढदिवसाला सहा महिन्यांचा अवकाश होता. तिला वाढदिवसाचे गिफ्ट म्हणून छोटं इलेक्ट्रॉनिक गिटार हवं होतं. इलेक्ट्रॉनिक गिटारची किंमत होती पाचशे रुपये. पैशाची गोष्ट जाणून असलेल्या ईशाच्या वडिलांनी मात्र म्हटलं, "ठीक आहे हे गिफ्ट आपण तुझ्या पिगीबँकमधील पैशांनी घेऊया. तुझ्याकडे सहा महिन्यांचा वेळ आहे तोपर्यंत तेवढे पैसे साठव." ईशाने तिचे पिगीबँकमधील पैसे मोजले तर ते २४८ म्हणजे जवळपास अडीचशे रुपये जमले होते. म्हणजे तिला अजून अडीचशे रुपये येत्या सहा महिन्यात जमवायचे होते. बाबांकडून बचतीचे धडे घेतल्यामुळे ईशाने सहा महिन्यात बचतीचे प्लानिंग करून बरोबर अडीचशे रुपयांची भर आपल्या पिगीबँकमध्ये घातलीच.

सहा महिन्यांनी वाढदिवसाच्या आदल्या दिवशी ईशा आपल्या आई-बाबांसोबत खेळण्याच्या दुकानात गेली. पण तिथे गेल्यावर समजले की त्या इलेक्ट्रॉनिक गिटारची किंमत आता पाचशे रुपये नसून ती 525 रुपये झालेली आहे. अर्थात तिच्या वाढदिवसाच्या गिफ्टला बाबांची गॅरंटी असल्यामुळे ते इलेक्ट्रॉनिक गिटार घेऊनच ती परत आली. पण पाचशे रुपयांची गिटार 525 होत असेल तर मग आपण पैसे साठवून आपल्याला उपयोग काय? असा प्रश्न तिला पडला होता आणि अर्थातच नेहमीप्रमाणे तो तिने तिच्या बाबांना विचारला.

यावर बाबांनी तिला सांगितलं,

"पैसा हा साठवल्याने फक्त जमा होतो, पण तो वाढीस तेव्हा लागतो जेव्हा तो योग्य ठिकाणी गुंतवला जातो."

बाबांनी पुढे सांगायला सुरुवात केली, "जेव्हा आपण पैसे आपण घरात ठेवण्याऐवजी बँकेत ठेवतो तेव्हा बँक आपल्याला त्या पैशांवर व्याज देते."

"पण बँक आपल्याला जास्त पैसे का देते" - बाबांना मध्येच थांबवत ईशाचा प्रश्न आला.

"कारण आपले आणि आपल्यासारखे अनेकांनी बँकेत ठेवलेले पैसे बँक इतरांना उसने म्हणजेच कर्ज म्हणून देते. ज्या बदल्यात बँक त्या

कर्जदारांकडून त्या उसने दिले जाणाऱ्या पैशांवर थोडीजास्त रक्कम म्हणजेच 'व्याज' आकारते. आणि असं समज कि ह्या आकारलेल्या व्याजातील थोडाफार हिस्सा बँक आपल्याला देते. कारण शेवटी कुणालातरी कर्ज म्हणून देण्यासाठी वापरलेले बँकेने पैसे आपलेच असतातना."

"हम्म असं होय"

थोडंफार इशाच्या लक्षात येऊ लागलं होतं.

बाबांनी तिला आता आणखीन थोडं सोप्प करून सांगायचं ठरवलं,

"ईशा, तुला माहिती आहे कधी-कधी मला बाहेर जाताना सुट्टे पैसे लागणार असतात बस-रेल्वे तिकिट वगैरेंसाठी, त्यावेळी माझ्याकडे सुट्टे पैसे नसतात. मग मी तुझ्याकडून आणि तुझा लहान भाव ईशानकडून तुमच्या डब्बा बँकेतील काही सुट्टे पैसे घेतो. पण ते सुट्टे पैसे घेताना मी तुम्हाला एक प्रॉमिस सुद्धा करतो, जसं कि, 'मला आज दहा रुपये दे मी उद्या तुला त्याचे अकरा रुपये देईन'. म्हणजे उद्या तुझे दहा रुपये तुला परत मिळणार आहेतच पण त्याच्यावरती अधिकचा एक रुपयाही मिळणार. कारण तू मला ऐनवेळी केलेली मदत जे मला दिलेले एक प्रकारचे कर्जच होतं. आणि त्यावरील व्याज म्हणून मी तुला एक रुपया जास्तीचा देतो.

मोठमोठ्या बँका, उद्योग यांच्यामध्ये हे थोडेफार असंच चालतं. याच नियमाने जर आपण आपले पैसे जर बँकेत ठेवले तर बँके ते पैसे अशाच प्रकारे वापरते, ते बँकेकडे ठेवलेले ते पैसे आपले असल्याने बँकसुद्धा आपल्याला त्या आपल्या पैशांवर म्हणजेच आपल्या ठेवींवर ज्याला आपण डीपॉझीट असंही म्हणतो, व्याज देते"

बाबांनी मोठी गोष्ट छोटी आणि सोपी करून सांगितली.

"अच्छा असं आहे तर, याला गुंतवणूक म्हणतात तर" -ईशाला कळू लागलं होतं.

"अर्थातच, आपल्या एखाद्या मूळ रकमेवर आपल्याला काही कालावधीमध्ये जर जास्त रक्कम मिळत असेल तर तिला सर्वसामान्यता गुंतवणूक असे म्हणतात. पण आम्ही मोठी माणसं अनेक प्रकारात गुंतवणूक करतो, जसं की बँकेमध्ये पैसे ठेवण्याबरोबरच

म्युच्युअल फंड, एखादी जागा-जमीन खरेदी करणे, तसेच शेअर्स किंवा वेगवेगळे बॉण्ड्स हे सुद्धा गुंतवणुकीचे प्रकार आहेत." बाबांनी मोठ्यांच्या गुंतवणुकीबद्दल माहिती दिली.

"अरे वा मग छानच आहे ना असे पैसे स्वतः जवळ ठेवण्यापेक्षा बँक किंवा इकडे तिकडे असे गुंतवायचे मग आपल्याला नेहमी जास्त पैसे मिळतील" आपल्याला नवनवीन गिफ्ट आणि खेळणी घेणे सोपे होईल असं समजून इशा विचारत होती.

"नाही इतकं सोप्पं मुळीच नसतं, गुंतवणुकीत पैसा वाढणं अपेक्षित असलं तरी ते नेहमी तसं होईलच असं नाहीये. कारण गुंतवणुकीत जोखीम हा घटक फार महत्त्वाचा असतो. म्हणजे गुंतवणुकीच्या विविध पर्यायांमध्ये एखादी गुंतवणूक अशी असते की ज्याच्यामध्ये परतावा तुलनेत कमी पण तो निश्चित आहे आणि त्याचबरोबर दुसऱ्या पर्यायांमध्ये परतावा चांगला मिळण्याची शक्यता असेल पण त्याचबरोबर आपली मूळ गुंतवणूक म्हणजे मुद्दल कमी होण्याचा किंवा अगदीच ती गमावण्याचा सुद्धा धोका त्यामध्ये असतो. म्हणजेच थोडक्यात काय तर गुंतवणुकीतसुद्धा आर्थिक शहाणपण महत्त्वाचा ठरतं."

मग मी जर माझे पिगीबँकमधले पैसे बँकेत ठेवले तर ते बुडणार का? इशाच्या चेहऱ्यावर थोडीशी भीती दिसू लागली होती. पण यातही चांगली बाब होती कि ती आता एखाद्या चोखंदळ गुंतवणूकदारासारखा विचार करायला लागली होती.

"नाही, सहसा सरकारी बँका किंवा चांगल्या खाजगी बँका त्यांच्याकडील बचत खात्यात किंवा मुदत ठेवीमध्ये ठेवलेले पैसे बऱ्यापैकी जोखीममुक्त असतात. कारण त्यांच्याकडील आपल्या ठेवींवर काही मर्यादेपर्यंत रिझर्व बँकेकडून आपल्याला हमी असते. आता रिझर्व्ह बँक म्हणजे देशातील या सर्व बँकांची बॉस जिचं त्यांना ऐकावंच लागतं. पण बँक खाती आणि मुदत ठेवी याव्यतिरिक्त इतर पर्याय जसे शेअरमार्केट, म्युच्युअल फंड, बॉण्ड्स, जमीन-जुमला असे अनेक पर्याय आहेत ज्याच्यामध्ये मात्र जोखीम असते. त्यामुळे अशा पर्यायांमध्ये

गुंतवणूक जर करायची असेल तर मात्र क्षेत्रातील आपला चांगला अभ्यास असणे गरजेचे आहे. किंवा या क्षेत्रातील तज्ज्ञ व्यक्तींचा सल्ला घेणे उत्तम." बाबांनी अधिकची माहिती पुरवली.

"मग आता मी माझे थोडे-थोडे पैसे पिगीबँकमध्ये साठवल्यानंतर वेळोवेळी ते माझ्या बँकखात्यात जमा करणार आहे" - ईशाच्या बोलण्यात आता आत्मविश्वास जाणवत होता.

"उत्तम! म्हणजे यापुढे तुझ्या वाढदिवसाचे गिफ्ट तूच ठरवशील आणि त्याच्या किमतीत कदाचित थोडीफार वाढ झाली तरी पण तू स्वतःच कदाचित ते घेऊ शकशील. बाकी खाऊ, पिकनिक, मज्जा यासाठी आई-बाबा आहेतच" - ईशाच्या वित्तसाक्षरतेला बाबांची गॅरंटी होतीच!

पैशाचे प्रयोग : मुलांकडून अधून-मधून थोडेफार पैसे मुद्दाम उसने घ्या आणि काही कालावधीनंतर ते त्यांना परत करताना सोबत थोडीफार नाममात्र रक्कम व्याज म्हणून द्या. देताना त्यामागील निकष, हिशेब त्यांना समजून सांगा.

९

गुंतवणूक कशासाठी?

आर्थिक गुंतागुंत टाळण्यासाठीच गुंतवणूक गरजेची.

"गुंतवणूक का हवी? आणि खरच त्याने इतका फरक पडतो का?"

मुलांची पैशाची, गुंतवणुकीची शिकवणी छान सुरु असतानाच मुलं मधूनच असा एखादा "फिलोसॉफीकल" प्रश्न विचारतात ज्याचं उत्तर देण्यापूर्वी आपणही क्षणभर शून्यात जातो. पण भौतिकसुख हा आयुष्याचा एक भाग झालेल्या आपल्यासारख्यांसाठी फिलोसॉफी वगैरे

फक्त भरल्यापोटी व्हाट्सएप फॉरवर्ड करण्यापुरतं असतं. पण इथे 'प्रश्न मुलांचा' असल्याने त्याचं उत्तर द्यायलाच हवं. तेही त्यांना समजेल अशा भाषेत.

"मुलांनो तुमच्या एका वहीची किंमत काय आहे? किंमत असेल वहीच्या मागे, पहा आणि सांगा."

"३० रुपये"

"बरं तुम्हाला माहित आहे, आज ३० रुपयांना असणारी हि वही आमच्या लहानपणी साधारणतः पाच रुपयांना मिळत होती" म्हणजेच या वहीची किंमत इतक्या वर्षांत 25 एक रुपयांनी महागली असं दिसत असलं तरी 'पाच सकं तीस' किंवा ३० भागिले ५ = ६, म्हणजेच पूर्वीपेक्षा आज या वहीसाठी सहापट किंमत द्यावी लागते आहे. सोप्या शब्दांत सांगायचं तर वहीची किंमत सहा पटींनी वाढली आहे. अगदी अशाच प्रकारे, जसा काळ पुढे सरकत असतो तसं जवळपास सर्वच वस्तू आणि सेवांची किंमत वाढत असते. आणि त्याचनुसार नोकरी – व्यवसायातील आपल्या पगारात, उत्पन्नात वाढ होणे अपेक्षित असते. पण बरेचदा आपल्या उत्पन्नावर आपल्याला विविध कर द्यावे लागतात."

"का द्यावे लागतात कर ?"

"कारण सरकारकडून मिळणाऱ्या अनेकानेक सेवा, सुविधा तसेच विविध स्त्रोत यांचा आपल्याकडून प्रत्यक्ष-अप्रत्यक्षरित्या वापर होत असतो. त्यामुळे हि कर आकारणी न्याय्य असते. हे कर भरणे आपले कर्तव्य आहेच पण यामुळे अनेकदा आपलं उत्पन्न, आपल्या गरजा आणि इच्छा पूर्ण करण्यास अपुरं पडू शकतं. आणि म्हणूनच गुंतवणूक करणे आवश्यक आहे. कारण जशी महागाई वाढते त्याच प्रकारे गुंतवणूकसुद्धा वाढू शकते. अर्थात ती आपण योग्य प्रकारे केली तर."

"तसं पाहिलं तर हा खेळ आकड्यांचा आहे. पण ते आकडे नुसत्या 'महागाईचे' आहेत, कि 'आपल्या कर्जाचे', कि मग आपल्या गुंतवणुकीतून होणाऱ्या 'संपत्ती निर्मितेचे', यांवरच आपली जीवनशैली ठरत असते."

10

तोटा, फसवणूक अन् निराशा. ओळख यांचीही हवीच.

खरं जग हे असंच असतं.

"थोडावेळ आपल्या सीट्सची अदलाबदल करूया का? विमान आता लँड होणार आहे आणि माझ्या मुलीला ते खिडकीतून पाहता येईल, आनंद वाटेल तिला"

विमानात बाहेरील बाजूच्या सीटवर बसलेल्या बाईने विंडो सीटवर बसलेल्या त्या मध्यमवयीन स्थूल माणसास अतिशय नम्रपणे विचारले.

त्या बाईकडे आणि तिच्या छोट्या मुलीकडे पाहत त्या माणसाने तेवढ्याच नम्रपणे उत्तर दिले,

"नाही!

म्हणजे माझी अगदी इच्छा असली तरीही मी असं नाही करणार. कारण त्यामुळेच तुमच्या मुलीला आज या खिडकीजवळच्या जागेपेक्षाही आयुष्यातील अत्यंत महत्वाचा असा धडा शिकायला मिळणार आहे, तो म्हणजे, 'हे जग कसं चालतं?', हे जग असंच चालतं. इथे आपल्याला जे हवं असतं ते मिळतंच असं नाही."

त्या माणसाने आपल्या नाही म्हणण्यामागचं कारण सांगितलं होतं.

क्वीनपिन्स (Queenpins) या बनावट कुपन घोटाळ्यावर आधारित असलेल्या मालिकेतील हा प्रसंग आपल्या नेहमीच्या गुडगुडी प्रसंगांना फाटा देणारा आहे. आणि त्यामुळेच 'मुलांशी खेळताना त्यांच्या आनंदासाठी जाणून-बुजून हरणाऱ्या' आपल्यासारख्यांना हे असं काही अनुभवायला सुरवातीला अवघडायला होतं. पण जरा समजून घेतल्यावर लक्षात येईल कि आपले कथित संस्कार, शिकवणी यामध्ये आपण चांगलं वागावं हे शिकवतो, जे योग्यच, पण यातून 'आपण चांगलं म्हणून जगंही आपल्याशी सदासर्वदा चांगलंच वागणार' अशीही एक समजूत अप्रत्यक्षरित्या आपण आपल्या मुलांची करून देत असतो. मुलांना चांगल्या सवयी, संस्कार द्यायचेच आहेत यात वाद नाहीच पण त्याच सोबत काही जाणीवासुद्धा त्यांना करून देणे महत्वाचे आहे.

"वित्तसाक्षरता, व्यवहारज्ञानासोबतच एक जबाबदार नागरिक होण्याचे धडे मुलांना देताना पुढील आयुष्यात

पावलोपावली आपल्या पदरी फक्त बेरीज नव्हे तर वजाबाकीही येऊ शकते याचीही जाणीव आपण त्यांना करून द्यायलाच हवी.”

म्हणूनच खालील बाबींची मुलांना ओळख करून देणे गरजेचे.

विविध आर्थिक फसवणुकीची प्रकरणे : वर्तमानपत्रे, टीव्हीवर येणाऱ्या आर्थिक फसवणुकीच्या बातम्या मुलांना समजेल अशा सोप्या भाषेत समजावून सांगा. फसवणूक कशा प्रकारे केली जाते. ऑनलाईन, युपीआय व्यवहारांसंदर्भात असेल तर त्यातील फसवणूक कशी केली गेली, त्यात पिडीत व्यक्तीने कोणती चूक केली ज्यामुळे ती फसवणुकीस बळी पडली आणि ती चूक कशाप्रकारे टाळता आली असती हेही मुलांना त्यांना समजेल अशा प्रकारे सांगण्याचा प्रयत्न करा. याबाबत येणारे मुलांचे प्रश्ने, शंका दूर करण्याचा प्रयत्न असावा.

साधारणतः कशा असतात फसवणुकीच्या योजना ?

- कमी कालावधीत तुमची रक्कम होणार दुप्पट.
- अमुक रक्कम गुंतवा आणि दरमहिन्याला मिळावा भलीमोठी रक्कम.
- ट्रिंग! ट्रिंग!! तुम्हाला आमच्या लकी ड्रॉ योजनेत बक्षीस लागले आहे, ते मिळविण्यासाठी लवकरात लवकर अमुक इतकं प्रक्रिया शुल्क भरा / किंवा आमच्याशी संपर्क साधा.
- ट्रिंग! ट्रिंग!! तुमचं एक पार्सल कस्टम विभागाकडे आहे ते सोडविण्यासाठी खालील क्रमांकावर संपर्क करा (या क्रमांकावरून अमुक एखादी रक्कम भरण्यास सांगितली जाऊ शकते)
- तुमच्या नातेवाईकांचा किंवा मित्र परिवाराचा संदर्भ देऊन युपीआय आणि इतर डिजिटल पेमेंट द्वारे पैसे पाठविण्यास सांगितले जाऊ शकते.
- तुमचं एखादं रखडलेलं काम सरकारी किंवा राजकीय संबंधांचा वापर करून त्वरित करून देण्याचे आश्वासन आणि त्यासाठी पैशांची मागणी.

- शेअर मार्केटमध्ये पैसे गुंतवून कमी कालावधीत मोठा नफा करून देण्याच्या योजना.
- बँक, एटीएमसारख्या ठिकाणी आपल्याला गरज नसताना स्वताहून मदत देऊ पाहणारी व्यक्ती संशयास्पद असू शकते.
- सरकारी नोकरी / कमी व्याजदराने कर्ज/ व्यावसायिक योजना अशा फसव्या युक्त्या लबाड व्यक्तींकडून आपल्यापर्यंत येऊ शकतात.

हे आणि असे अनेक फसवणुकीचे प्रकार ज्यातून आपल्याला आर्थिक संकटांचा सामना करावा लागू शकतो.

पण याशिवाय अनेकदा आपल्या चुकांमुळेही आर्थिक नुकसान संभवतो. आर्थिक नियोजन करताना आपले आर्थिक अंदाज चुकू शकतात, अभ्यास कमी पडू शकतो. म्हणजे गुंतवणुकीसाठी चुकीच्या शेअर्सची निवड. जास्त व्याजाच्या लोभामुळे चांगली आर्थिक स्थिती नसणाऱ्या वित्तसंस्थांत ठेवी ठेवणे, भविष्यात चांगला दर मिळण्याच्या अपेक्षाने आता स्वस्त दरांत मिळणारा जमीन-जुमला खरेदी करणे वगैरे.

वित्तीय अभ्यास, व्यावहारिक शहाणपण अंगी बाणवून वरील तोट्याच्या शक्यता निश्चितपणे कमी करता येऊ शकतात.

जोखीम, नुकसान याबाबत मुलांना हे कसे समजवाल ?

खेळात प्रत्येक वेळी जिंकता येतं का? नेमबाजी करताना 10 संधी असतील तर त्या 10 च्या 10 वेळा अचूक लक्ष्यवेध होतो? नाहीना, आयुष्य असंच आहे. मुलांनाही हे कळु द्या. केवळ गोडगोड अनुभव मुलांना देऊन जगाबद्दलचे चुकीचे चित्र त्यांच्यासमोर उभे करू नका. नकार, पराभव, नुकसान हे सुद्धा आयुष्याचा एक भाग आहेत हे सुद्धा त्यांना अनुभवू द्या, हे जग कसं चालतं हे त्यांना कळालं तरच असे प्रसंग कसे टाळावेत आणि हाताळावेत यासाठीची कौशल्ये आत्मसात करून ते भविष्यासाठी तयार होऊ शकतील.

चुकीचं उत्तर दिल्यामुळे परीक्षेत कमी मार्क पडतात. पण त्याच विषयाचा चांगला अभ्यास केल्यास पुढील वेळी चांगले मार्क्स मिळू

शकतात. अगदी तसंच पैशाचे शहाणपणसुद्धा अभ्यासानेच प्राप्त होतं.

पैशाचे प्रयोग : मुलांना दर पंधरा दिवसांनी त्यांच्या डब्बा बँकेतील पैसे मोजण्याची सवय लावा. आणि अशाच एका पैसे मोजण्याच्या दिवसाच्या आदल्या रात्री गुपचूप मुलांच्या डब्बा बँकेतील सर्व पैसे काढून ठेवा दुसऱ्या दिवशी मुलांना 'नुकसान, पैसे बुडणे वगैरे' शक्यतांचा 'कोरा करकरीत' अनुभव मिळण्यासाठी. अर्थात हि गंमत फक्त काही मिनिटेच असु देत. पण यातून त्यांना पैसे गमावण्याचे दुखः काय असतं हे अनुभवता येईल ज्यामुळे त्या पैशाचे मूल्यमहत्व त्यांना चांगल्या प्रकारे समजण्यास मदत होईल.

11

संकल्पना : व्याज आणि विमा

वित्त साक्षरता हि पुस्तकी ज्ञानापलीकडे सापडते.

देवाने म्हणा किंवा निसर्गाने, किंवा मग अगदी एखाद्या अज्ञात शक्तीने. ज्याने कुणी हे विश्व निर्माण केले त्याची सर्वोत्कृष्ट निर्मिती म्हणून आपण स्वतःकडे अर्थात मानवाकडे पाहतो. पण मानवाची सर्वोत्कृष्ट निर्मिती कोणती असा प्रश्न विचारला केला तर माझं उत्तर असेल 'पैसा'. कितीही नाही म्हटलं तरी पैसा हा जगातील जवळपास सर्व घडामोडींच्या केंद्रस्थानी आहे. आणि जर हाच पैसा माणसाच्या आयुष्यातून काढून टाकला तर? कल्पना तरी सहन होते का? नाही ना?

पुढे हा पैसा वाढविण्यासाठी आणि वाचविण्यासाठी माणसाने अनेक संस्था, संकल्पना जन्माला घातल्या ज्या आज आपल्या रोजच्या

जगण्याच्या भाग झाल्या आहेत. उदाहरणार्थ बँका, उद्योग, विमा कंपन्या. यातील व्याज आणि विमा या दोन संकल्पना वैयक्तिक आर्थिक व्यवस्थापन अर्थात पर्सनल फायनान्ससंदर्भात महत्त्वाच्या आहेत. म्हणून त्यांची मुलांना त्यांना समजेल अशा शब्दांत ओळख करून देणे गरजेचे आहे.

व्याज (इंटरेस्ट)

"तुला माहितेय, या आर्थिक वर्षात होमलोनवर आपली अमुक इतकी रक्कम फक्त इंटरेस्टमध्ये गेलेय."

एका रविवारी सहचारिणीला असं काहीतरी सांगण्याची खोटी कि पाच वर्षांच्या मुलाचा प्रश्न आलाच,

"बाबा इंटलेस्ट म्हंजे काय?"

खरंतर त्यांचे प्रश्न अपेक्षितच असतात आणि त्याहीपेक्षा ते हवेहवेसे असतात. मुलं आसपास असताना मी मुद्दाम आर्थिक बाबींविषयी बोलत असतो जेणेकरून त्यांचे हे अपेक्षित प्रश्न यावेत आणि मग लगेच मी त्यांचा एक छोटा क्लास घ्यावा. आणि खरं सांगू, यामुळेच माझ्या या अशा नाटकांचा प्रयोग बऱ्याचदा रविवारचा मुहूर्त पाहून असतो.

पण काही शिकवायला, माहिती देण्यासाठी हे सगळं करायची काय गरज? असा प्रश्न पडू शकतो. तर त्याचं कारण, एकतर प्रश्न मुलांचा आहे, इथे त्यांना काहीतरी पुस्तकी ज्ञानापलीकडे शिकवायचं आहे. पारंपरिक ज्ञान असो वा कोणतीही माहिती. हे एकतर समोरच्याला थेट सांगितलं जाऊ शकतं, मग समोरच्याची ती ऐकण्याची इच्छा आहे कि नाही हा मुद्दा इथे गौण ठरतो. आणि दुसऱ्या प्रकारात तीच माहिती समोरच्याच्या 'प्रश्नाला उत्तर' अशा माध्यमातून पुरवली जाते. म्हणजे अशा वेळी जेव्हा प्रश्नकर्त्यातच ती माहिती जाणून घेण्यात रस निर्माण झालेला असतो. म्हणून इथे आपल्याला फक्त समोरच्याकडून तो 'अपेक्षित प्रश्न येईल' अशी परिस्थिती निर्माण करायची असते. आणि छोट्यांबाबत तर हे सहज शक्य आहे.

असो, छोट्याच्या प्रश्नाचं उत्तर द्यायचं होतंच आणि तेही त्याला समजेल अशा भाषेत. माझा प्रयत्न काहीसा खालीलप्रमाणे होता. तुम्हीही करू शकाल.

चिकू आणि बंटी दोघे मित्र होते, चिकूकडे बरीच खेळणी होती. दोघेही एकमेकांशी खेळायचे. चिकुकडे क्रिकेटची छानशी बॅट होती. एकदा बंटीच्या शाळेत क्रिकेट मॅच होती आणि त्याला त्यासाठी चिकूची बॅट हवी होती. म्हणून तो चिकुला म्हणाला,

"चिकू मला आजचा दिवस तुझी बॅट देना, मी तुला संध्याकाळी परत करेन. आणि त्यासोबत मी तुला माझ्याकडे असलेल्या स्टीकर्सपैकी एक स्टीकर देईन."

चिकुनेही आपल्या मित्राला बॅट दिली. त्यादिवशी संध्याकाळी उशीर झाल्यामुळे बंटी दुसऱ्या दिवशी चिकूची बॅट त्याला परत करण्यासाठी घेऊन आला आणि सोबत एकच्या ऐवजी दोन स्टीकर देत म्हणाला. "काल घरी यायला उशीर झाला म्हणून बॅट द्यायला येऊ शकलो नाही त्यामुळे बॅट कालचा दिवस आणि आजही माझ्याकडे राहिल्याने एका ऐवजी दोन स्टिकर्स तुला घे."

तर हे दोन स्टिकर्स म्हणजे इथे 'व्याज' असं म्हणायला हरकत नाही.

आता पुढे जाऊन समजा असं मानलं की बॅटच्या ऐवजी बंटीने चिकूकडून पैसे उसने घेतले आणि ते पैसे परत करताना बंटीने मूळ पैशांसोबत सोबत चिकुला वर आणखी थोडे पैसे देऊ केले. तर मग वर दिल्या जाणाऱ्या त्या थोड्या पैशाला व्याज म्हणता येईल.

या व्याजाचे मुख्यतः दोन प्रकार आहेत.

- साधे व्याज (Simple Interest)
- चक्रवाढ व्याज (Compound Interest)

साधे व्याज : साधे व्याज हे फक्त सुरुवातीच्या मूळ रकमेवर (मुद्दल) मोजले जाते.

चक्रवाढ व्याज : चक्रवाढ व्याज हे मूळ रकमेसह त्यावर गणल्या जाणाऱ्या व्याजावर देखील मोजलं जातं.

उदाहरणादाखल खालील तक्ता पहा.

पहिल्या वर्षी दोन्ही पद्धतीत व्याज आकारणी समान आहे पण दुसऱ्या वर्षापासून चक्रवाढ पद्धतीत मात्र आधी गणले गेलेले व्याजही विचारात घेतल्यामुळे तेथील रक्कम साध्या व्याज पद्धतीच्या तुलनेत वेगाने वाढते.

वर्ष	साध व्याज (INR)	एकूण रक्कम (साध व्याज) (INR)	चक्रवाढ व्याज (INR)	एकूण रक्कम (चक्रवाढ व्याज) (INR)
१	५००	१०५००	५००	१०५००
२	५००	११०००	५२५	११०२५
३	५००	११५००	५५१.२५	११५७६.२५
४	५००	१२०००	५७८.८१	१२१५५.०६
५	५००	१२५००	६०७.७५	१२७६२.८२

साधं व्याज विरुध्द चक्रवाढ व्याज पद्धती

विमा (Insurance)

विमा अर्थात इन्श्योरंस म्हणजे काय?

मुलांकडून हा प्रश्न आला तर त्यांना कसं स्पष्ट कराल?

माझ्या मुलीला मी काहीसं पुढीलप्रमाणे समजावलं.

तुझ्या वर्गात एकूण ६० मुलं आहेत. आता समज तुझ्या शाळेकडून प्रत्येक मुलाला कंपासपेटी खरेदी करण्यास सांगण्यात आले. या कंपासपेटीची किंमत रु.१२० आहे. पण गेल्यावर्षी शाळेतून दोन-तीन मुलांची कंपासपेटी हरवल्याची किंवा चोरीला गेल्याची तक्रार आली होती. या पार्श्वभूमीवर शिक्षकांनी एक योजना आणली. ज्यामध्ये प्रत्येक विद्यार्थीने दर महिन्याला एक रुपया जमा करायचे. ज्यानुसार दर महिन्याला ६० रुपये जमा होतील. म्हणजे दर दोन महिन्यांनी ती रक्कम असेल १२० रुपये. आता या वर्षभरात जर कुणा विद्यार्थ्याची

शाळेत असताना कंपासपेटी हरवली त्याला ती नवीन घ्यावी लागणार नाही. कारण या जमलेल्या पैशातून त्याला नवीन कंपासपेटी खरेदी करून देण्यात येईल.

अशा प्रकारे वर्षभरात अगदी पाच-सहा मुलांची कंपासपेटी जरी हरवली तरी या जमा रकमेतून त्यांना ती खरेदी करून देता येईल. म्हणजे इथे कंपास हरवल्यावर किंवा चोरीला गेल्यावर होणारा रु.१२० खर्च आपण दरमहिन्याला १ रुपया भरून टाळू शकतोय. विमा अर्थात इन्श्योरंस हि संकल्पना अशीच काम करते. या उदाहरणात इथे दर महिन्याला द्यावी लागणारी १ रुपयाची रक्कम ज्याला विम्याच्या भाषेत विम्याचा हफ्ता अर्थात प्रिमीअम असे म्हणतात.

12

पासष्टाव्या कलेचं अर्थकारण

जाहिरातींमागचं कंपन्यांचं अर्थकारण मुलांना सोप्या भाषेत सांगण्याचा प्रयत्न करा.

घरात टीव्ही सुरु असतो, कोणताही कार्यक्रम, मग ते मुलांचे काही कार्टून्स असोत किंवा डेलीसोप हि ओळख सार्थ ठरवत अनंत काळापर्यंत सुरु राहणाऱ्या मालिका असोत, या कार्यक्रमांदरम्यान जाहिराती नित्यनेमाने येत असतात. (किंवा जाहिरातींच्यामध्ये कार्यक्रम येतो असंही म्हणू शकतो) आणि या जाहिरातींमध्येसुद्धा मक्तेदारी दोन व्यक्तिरेखांची असते, ती म्हणजे लहान मुले किंवा स्त्रिया. कारण बहुतांश जाहिराती त्या-त्या उत्पादनाचे संभाव्य ग्राहक म्हणून या दोघांना लक्ष्य ठरवूनच योजलेल्या असतात. आपला विषय मुलांचा आहे

म्हणून त्यांच्या दृष्टीने पाहायचं झालं तर विविधं बिस्किटे, चॉकलेट्स, नुडल्स, स्नॅक्स हि उत्पादने मुलांच्या खांद्यावरून नेम धरून विकली जात असतात.

आपल्या या पुस्तकाच्या विषय 'मुलांचे आरोग्य' हा नाहीये आणि अर्थातच त्यावर भाष्य करण्यासाठी मी त्या क्षेत्रातील तज्ज्ञ सुद्धा नाहीये. मग हे इथे मांडण्याचं कारण म्हणजे या जाहिरातींमागचे अर्थकारण. मुलांना हे समजावणे तसे कठीणच, पण एखाद्या 'सो कॉल्ड' हेल्दी बिस्कीट, स्नॅक्सच्या जाहिरातींमागचा त्या-त्या उत्पादक कंपन्यांचा हेतू त्यांना कुणाच्या किंबहुना मुलांच्या आरोग्याची असलेली काळजी नसून पैसे कमविण्याचा आहे. त्यामुळे आपापल्या उत्पादनांच्या जाहिराती दाखविणाऱ्या या कंपन्या आणि मोठ्याने आवाज देत आपापले उत्पादन विकणारे रस्त्यावरील विक्रेते यात फरक फक्त व्यावसायिक आकाराचा आहे. हेच आपल्याला सहजसोप्या भाषेत अगदी औपचारिक पद्धतीने मुलांना सांगायचं आहे आणि ते शक्य देखील आहे. उदाहरणादाखल आई आणि तिच्या सात वर्षाच्या मुलामधील खालील संवाद.

मुलगा : अगं आई, टीव्हीवर सारख्या-सारख्या या बिस्किट्स, नूडल्स वगैरेच्या जाहिराती का येतात?

आई : कारण ते बनवणाऱ्या कंपन्यांना हे खाऊ विकून पैसे मिळणार असतात.

मुलगा : ते कसे?

आई : कारण या जाहिराती बघून मग तुमच्यासारखी मुलं आपापल्या आई-बाबांकडे 'ते टीव्हीवर दिसणारं खाऊ मलासुद्धा पाहिजे' असं म्हणत हट्ट धरतात. आणि मग आईबाबांना मुलांसाठी ते खाऊ घ्यावेच लागते. अशी कितीतरी मुलं असतील ना, तुझे आजूबाजूचे मित्र-मैत्रिणी, शाळेतील मित्र ज्यांच्याकडेही टीव्ही असणार. मग तेही अशा जाहिराती पाहून आपल्या आई-बाबांकडे हट्ट करत असतील. मग विचार कर असं कितीतरी मुलांनी त्यांच्या आईबाबांकडे हट्ट केल्यावर या कंपन्यांना किती पैसे मिळत असतील.

मुलगा : मग आपण खाऊ घ्यायचा नाही का?

आई : "असं मुळीच नाही, आपण खाऊ घ्यायचाच पण या जाहिरातींमध्ये सांगितलं म्हणून विश्वास ठेवून लगेच नाही घ्यायचं. त्याआधी ते कसं आहे, किती हेल्दी आहे हे जाणून घ्यायचं. कुणी ते आधी घेतलं असेल, वापरलं असेल तर त्यांना विचारून किंवा अगदीच वाटलं तर एकदा ट्राय करण्यासाठी घेऊन पहायचं. पटकन टीव्हीवर जाहिरात पाहिल्यावर लगेचच ते खरेदी नाही करायचं, कारण आपले पैसे असे पटकन कुठेही खर्च करायचे नसतात."

मुलांशी वरील प्रकारच्या संवादातून तुम्ही जाहिरात आणि त्यामागील अर्थकारण त्यांना समजावू शकालच त्याचबरोबर सरतेशेवटी 'आपल्या पैशाचा' उल्लेख करून प्रश्न आपल्या पैशांचा आहे हे सांगत तुम्ही पैशाचं महत्त्व अधोरेखित कराल. लक्षात घ्या हे सगळं करत असताना तुम्ही आपल्या मुलांची एकंदरीत या 'इकोसिस्टिमशी' सुद्धा तोंडओळख करून देत असता.

आता वर-वर तुम्हाला असंही वाटू शकतं कि खरच याची गरज आहे का? किंवा या बालवयात या गोष्टीचं मुलांना आकलन होऊ शकेल का?

तर तुमची शंका रास्त आहे पण जरा विचार करा, शाळेच्या पहिल्या दिवशी मुलांना सर्व ज्ञान प्राप्त होतं का? गुंतवणूक एका रात्रीत वटवण्यायोग्य अर्थात 'मॅच्योर' होते का? आणि असंही असूनही 'गुंतवणुकीची सुरुवात जितकी लवकर तितकं फायद्याचं असतं' इतकं सर्वांना कळतं. आपल्या मुलांना मोबाईल किती सराईतपणे हाताळता येतो या गोष्टीचं आजच्या आईवडिलांना फार कौतुक वाटतं. चित्रपटातील संवाद, नृत्य या मध्ये आपल्या लहान मुलांनी कसं प्राविण्य मिळवलं हे सांगताना प्रत्येक आईवडिलांचा उर भरून येतो.

एवढंच कशाला आजकाल विविध राजकीय प्रश्न, नेते, समाज या सगळ्यावर तोंडपाठ असलेली बडबड करताना लहान मुलं सोशल मिडिया पोस्ट्स, "रील्स" वगैरेमधून अंगावर येतात. याचा अर्थ 'राजकारण' हे क्षेत्रही मुलांना अपवाद राहिलेले नाही. आणि या सगळ्या गोष्टींही मुलं एका रात्रीत शिकलेली नसतात. यातील बरंच काही शिकण्यात त्यांच्या आसपासचं वातावरण, आईवडिलांचा, वडिलधाऱ्यांचा कानावर वारंवार येत राहणारा संवाद कारणीभूत असतो.

मग जर राजकारणासारखे क्षेत्रही जर आपण आपल्या लहान मुलांपासून दूर ठेवलं नसेल तर मग अर्थकारणाचं आपल्याला इतकं वावडं का? त्यामुळेच, वित्तसाक्षरतेबाबत 'मुलाला हे जमेल का', 'ते कळेल का' असे प्रश्न तुम्हाला जरी पडत असले तरी आधी किमान सुरुवात करून पाहायला काय हरकत आहे?

13

शेअरमार्केट

शेअर मार्केटबाबतचे तुमचे वैयक्तिक अनुभव मुलांना सांगा.

"बाबा, शेअरमार्केट म्हणजे काय?"

शेअर बाजाराशी संबंधित बातम्या, टीव्हीवरील बिझनेस चॅनेल्स, ब्रोकिंगएप्सवरून गुंतवणूकीसंदर्भात शेअर्सची होणारी खरेदी-विक्री याची घरी रेलचेल असताना मुलांचा असा प्रश्न आला नसता तर मला नक्कीच नैराश्याचा झटका आला असता. विनोदाचा भाग सोडा पण मुलांचा असा प्रश्न येवो न येवो, तुम्ही मुलांना शेअर मार्केट हा काय प्रकार आहे याची प्राथमिक माहिती मुलांना नक्कीच द्यायला हवी.

तर शेअर मार्केट म्हणजे एक मोठी बाजारपेठ जिथे लोक कंपन्यांचे छोटे-छोटे भाग विकत घेतात आणि आपल्याकडे असलेले भाग विकतात. थोडक्यात इतर कोणत्याही बाजारासारखंच येथेही खरेदी-विक्री चालते, पण ती या कंपन्यांच्या छोट्या हिश्शांची म्हणजेच शेअर्सची.

शेअर म्हणजे काय?

शेअर म्हणजे त्या कंपनीचा एक छोटासा भाग. म्हणजेच, तुम्ही जर एक शेअर विकत घेतला तर तुम्ही त्या कंपनीचे अगदी छोट्या प्रमाणात मालक बनता असं हि म्हणता येईल.

मुलांना उदाहरणाने समजावूया

आता कल्पना करा, आईला छान छान वेगवेगळ्या चवीचे चॉकलेट्स बनवता येतात. आई-बाबा आणि मुलांनी मिळून चॉकलेटची कंपनी सुरु केली. यासाठी सुरवातीला लागणाऱ्या खर्चासाठी आईने स्वतः जमवलेले पैसे, बाबांनी आपल्या बॅक खात्यातील काही पैसे आणि मुलांनी आपल्या डब्बा बँकेतील पैसे वापरले. पण आई-बाबा आणि मुलांच्या या कंपनीला समजलं कि बिझनेस वाढवायचा असेल तर आणखी पैसे जमवावे लागतील. त्यामुळे त्यांनी आपल्या कंपनीचे छोटे-छोटे भाग म्हणजेच "शेअर्स" विकायचे ठरवलं.

आता ज्या लोकांना वाटेल कि 'हि चॉकलेट कंपनी भविष्यात चांगला व्यवसाय करेल, म्हणजे या कंपनीचे जास्तीत जास्त चॉकलेट्स विकली जातील' अशी लोकं या कंपनीचे हिस्से म्हणजेच शेअर्स खरेदी करतील. पण यामुळे होईल काय, कि आतापर्यंत आई-बाबा आणि मुलांची असणारी हि कंपनी आता तिचे शेअर्स असणाऱ्या या इतर लोकांच्याही

मालकीची होणार. अर्थात ज्यांच्याकडे जितक्या प्रमाणात कंपनीचे शेअर्स तितकी त्यांच्याकडे त्या कंपनीची मालकी. पण आई-बाबा आणि मुले मुळातच हुशार असल्याने त्यांनी या कंपनीच्या शेअर्सचा सर्वाधिक हिस्सा स्वतःकडेच ठेवला आहे ज्यामुळे या कंपनीवर नियंत्रण त्यांचेच राहील.

शेअर मार्केटमध्ये पैसे कसे वाढतात आणि कमी होतात?

आता तुम्ही कल्पना करा की तुम्ही अशा एखाद्या कंपनीचा एक शेअर विकत घेतला, ज्याची किंमत आज १० रुपये आहे. जर ती कंपनी चांगलं काम करत असेल म्हणजेच तिचा बिझनेस अर्थात व्यवसाय वाढत असेल, तर त्यामुळे तिच्या शेअर्सची किंमतही वाढू शकते. म्हणजेच, काही काळानंतर तो शेअर १५ रुपयांचा झाल्यास तुम्ही आज दहा रुपयांना खरेदी केलेला शेअर तेव्हा पंधरा रुपयांना विकून नफा मिळवू शकता. याउलट जर कंपनीचा व्यवसाय चांगला होण्याऐवजी वाईट झाला तर कंपनीच्या शेअरची किंमत वाढण्याऐवजी कमीसुद्धा होऊ शकते. म्हणजेच शेअर मार्केटमध्ये पैसा वाढतोच असं नाही. तर तो कमीसुद्धा होऊ शकतो. अर्थात वेगवेगळ्या कंपन्यांच्या उद्योग-व्यवसायाचा अभ्यास करून आपण भविष्यात चांगली कामगिरी करू शकणाऱ्या कंपन्यांची निवड करू शकतो.

अभ्यास आणि संयम महत्त्वाचा

शेअर बाजारात कधी कधी शेअर्सच्या किंमती कमी होतात आणि कधी वाढतात. त्यामुळे इथे संयम महत्त्वाचा असतो आणि आपण ज्या कंपन्यांच्या शेअर्सची खरेदी करण्याआधी त्या कंपन्यांचा, त्यांच्या उद्योग-व्यवसायाचा अभ्यास करणे गरजेचे आहे. हे सुद्धा मुलांना कळू द्या.

वैयक्तिक अनुभव शेअर करा

मुलांना या क्षेत्राबद्दलचे आपले वैयक्तिक अनुभव सांगा. आपण पहिल्यांदा कधी आणि कशी गुंतवणूक केली याची माहिती त्यांना द्या. केवळ नफाच नव्हे तर या दरम्यान झालेलं नुकसानही त्यांना आवर्जून सांगा आणि ते नुकसान का झालं?, 'त्यात तुमची कोणती चूक झाली?' हे सुद्धा मुलांना कळूद्या.

उदाहरणार्थ, "जेव्हा मी पहिल्यांदा शेअर बाजारात गुंतवणूक केली, तेव्हा मी छोटी रक्कम वापरली आणि हळूहळू शिकत गेलो. पण नंतर हावरटपणामुळे मी चुकीचे शेअर्स घेतले आणि मला अमुक इतकं नुकसान झालं. त्यातून मला या क्षेत्रात अभ्यास आणि संयम फार महत्त्वाचा असतो हा धडा मिळाला"

अशा प्रकारे तुम्ही तुमचे, तुमच्या मित्रपरिवाराचे अनुभव मुलांना सांगू शकता. जेणेकरून या क्षेत्राचे 'जसे आहे तसे' चित्र त्यांच्यासमोर रेखाटले जाईल.

नियमित चर्चा करा

शेअर बाजारातील घडामोडींवर नियमित चर्चा करा. त्यांना प्रश्न विचारण्यास प्रवृत्त करा आणि त्यांच्या प्रश्नांची उत्तरे देऊन शेअर बाजाराची संकल्पना समजण्यास मदत करा. शेअर मार्केट बाबतच्या त्या दिवसातील बातम्या, घडामोडी मुलांनाही सांगा. पण लक्षात घ्या, या क्षेत्राबद्दल त्यांना फक्त फायद्याच्या गोष्टी सांगू नका, येथे होऊ शकणारे नुकसान अन् त्यामागची कारणे, या बाबीसुद्धा त्यांच्याशी सामायिक (share) करा. सुरुवातीला मुलांना यातील काहीही समजणार नाही पण जर या गोष्टी नियमित होत राहिल्या तर त्यांच्यात नक्कीच शेअरमार्केटबद्दल जिज्ञासा आणि जागरूकता दोन्हीही निर्माण होईल.

"अर्थात "शेअर मार्केटबद्दल तुम्हाला आता फक्त जाणून घ्यायचं आहे, तुम्हाला त्यात प्रत्यक्ष उतरण्यासाठी मात्र अवकाश आहे" तुमचे हे शब्दही मुलांच्या कानावर नक्की पडू दे."

14

पाऊल

मुलांचा आर्थिक महामार्ग पालकांनी निर्माण केलेल्या पाऊल वाटेतून तयार होतो.

एका जगलात एक सिंह आणि त्याच्या मागोमाग त्याचा छोटा बछडा असे दोघे बापलेक हिंडत असतात. फिरता फिरता एका अरुंद आणि दलदलीच्या वाटेवरून ते जाऊ लागतात. चालत असतानाच सिंह आपल्या बछड्याला आवाज देतो, "छोट्या! पाऊले जपून टाक रे"

त्यावर तो बछडा आपल्या बाबांना बोलतो,

"बाबा, तुम्हीच पाऊले जपून टाका, मी तर तुमच्या मागोमाग तुमच्याच पावलांवर पाऊल टाकत येतोय"

माणूस दोन प्रकारे शिकतो, एक प्रत्यक्षरित्या म्हणजे पारंपारिक पद्धत, जिथे शिकणारा व शिकवणारा या दोन भूमिका स्पष्ट असतात. आणि दुसरं अप्रत्यक्षरीत्या, जिथे आपण आपल्या कळत-नकळत शिकत असतो. कुणाच्या तरी प्रभावाखाली येऊन. इंग्रजीत या दोन प्रकारांना 'एक्टिव्ह' आणि 'पॅसिव्ह' अशा समर्पक संज्ञा आहेत. मुलं त्यांच्या सुरवातीच्या संस्कारक्षम वयात या दुसऱ्या म्हणजे पॅसिव्ह प्रकाराने अधिक शिकत असतात. आणि त्यांच्या या कालावधीत बहुतांश वेळ त्यांच्यासोबत असणाऱ्या व्यक्ती म्हणजे त्यांचे आईबाबा. त्यामुळेच केवळ पालक म्हणून नव्हे तर तुम्ही मुलांचे मूळ शिक्षक, मार्गदर्शक वगैरे असण्याबरोबरच अगदी फेव्हरेट व्यक्ती असता. आईबाबांचं वागणं, बोलणं, त्यांच्या सवयी, त्यांच्या प्रतिक्रिया हे सगळं मुल नैसर्गिकपणे कॉपी करत असतं.

मुलांना आपले आईबाबा सदासर्वकाळ मोबाईलमध्ये डोकं खुपसून दिसत असतील तर मुलंही तेच करू पाहणार. तसंच आपल्या आईबाबाना प्रत्येकवेळी अगदी बिनधास्त खर्च करताना पाहून 'असंच वागायचं असतं' हा समज कुठेतरी मुलांच्या मनात पक्का होऊ शकतो. पण त्याच वेळी आईबाबांची पैशाच्या प्रती असलेली जागरूकता जर मुलं नेहमी अनुभवत असतील तर 'पैसा हि काहीतरी महत्वाची बाब असून तिचा वापर जपून करायचां असतो' हे मुलांच्याही मनावर आपसूकच बिंबवले जाते.

लक्षात घ्या, मुलांचा स्वतःचा प्रशस्त आर्थिक महामार्ग पालकांनी त्यांच्यासाठी निर्माण केलेल्या पाऊल वाटेतून तयार होत असतो.

खाली दिलेल्या कृती पालकांना मुलांमध्ये वित्तीय समज निर्माण करण्यास मदत करतील. मुलांना स्वतंत्रपणे काही करू देण्याआधी पालकांनी त्यांच्यासोबत किंबहुना त्यांच्या आधी सुरुवात करणे इष्ट राहील, त्यांना तुमचं अनुसरण करू दे. लक्षात घ्या, गोष्टी, सवयी, मग त्या चांगल्या असोत किंवा वाईट त्या शिकण्याची सुरवात अशीच होते. मग तुमच्या मुलांसमोर त्या कोणत्या असाव्यात हे तुम्ही आपल्या कृतींमधून ठरवू शकता. काही काळाने सवयीनुसार यथावकाश त्यांना त्या कृती स्वतंत्रपणे करायला लावायच्या आहेतच.

- पूर्ण करता येणार नाहीत अशी वचने (Promises) मुलांना (खरंतर कुणालाच) देऊ नका.

- मुलांना पैसे साठवण्यास डब्बाबँक किंवा पिगी बँक म्हणा हवंतर, देताना ती उघडता येईल अशाच स्वरुपाची द्या. पैसे साठवण्याच्या हेतूने न उघडता येणारी, आणि गरज पडल्यास ती फोडावी लागणारी वगैरे प्रकारची पिगीबँक देऊ नका. याचं कारण, आपला उद्देश मुलांना पैशाची ओळख करू देण्याचा आहे. त्यासाठी त्यांना ते पैसे वाटेल तेव्हा हाताळू देत, मोजू देत. अन् तसं करताना त्याबद्दलचे त्यांना पडणारे प्रश्न त्यांनी तुम्हाला विचारु देत.

- डब्बा बँकेसह मुलांना एक छोटी वही-डायरी सुद्धा द्या. ज्यामध्ये ते वेळोवेळी आपल्या पैशाची नोंद करतील. म्हणजे आज कुणी किती पैसे (बक्षीस) दिले. ते कोणत्या कारणासाठी किंवा (मुलाच्या) कोणत्या चांगल्या कृतींसाठी दिले, याची नोंद त्यांना त्या छोट्या वहीत करू देत. दर पंधरवड्याला डब्बा बँकेतील पैशाचा आणि वहीतील नोंदींचा आढावा घेण्याची सवय त्यांना लावा.

- मुलांना छोटी आर्थिक व्यवहारांशी निगडीत कामे सांगा. बँकेच्या आगाऊ आणलेल्या पे-इन स्लीप्स भरणे, नाणी, नोटा यांची त्यांच्या मुल्यानुसार नोंद करणे. दोन वेगवेगळ्या ब्रान्डची समान उत्पादने आणि त्यांच्या किंमतीमधला फरक सांगणे. इत्यादी.

- बँकेत जाताय? एटीएम मधून पैसे काढताय? मुलानाही आवर्जून सोबत न्या.

- पिकनिक नियोजन?, वाढदिवस कसा साजरा करायचा? गिफ्ट कोणतं? किती किंमतीचे? अशा छोट्या-मोठ्या आर्थिक निर्णयांमध्ये मुलांनाही सामील करून घ्या, त्यांना त्यांची मते, पसंती विचारा.

- अधून-मधून मुलांना छोटासा प्रोजेक्ट करायला द्या. उदा. सोसायटीतील इतर कुटुंबांशी बोलून सर्व मुलांना एखाद्या रविवारी आपापले विविध वस्तू (स्वतः केलेली पेंटिंग, हस्तकला वगैरे), खाद्य पदार्थ (बिस्कीट, फळे वगैरे) यांचे स्टॉल्स लावणे. ज्यात सर्व पालक स्वताच्या मुलांव्यतिरिक्त इतर मुलांच्या स्टॉल्सला भेटी देऊन माहिती घेतील, वस्तू खरेदी करतील. या अशा प्रोजेक्टसाठी सुरवातीला छोटंसं भांडवल तुम्ही द्या आणि मुलांना त्यांच्या डब्बा बँकेतूनसुद्धा त्यांना स्वतःचं योगदान घ्यायला लावा. प्रोजेक्टमधून झालेल्या विक्री व्यवहारातून मुलांना उद्योग-व्यवसाय, जमा-खर्च, नफा/तोटा संकल्पना समजण्यास मदत होईल. आपल्या वास्तव्याच्या परिसरातच नव्हे तर असे उपक्रम मुलांच्या शाळेमार्फतही राबवता येतील का, यासाठी मुलांच्या शाळेच्या प्रशासनाशी बोलून तुम्ही प्रयत्न करू शकता.

- वित्त साक्षरता, वैयक्तिक वित्त व्यवस्थापनेचे धडे मुलांना देत असतानाच लक्षात असू दे आपल्याला मुलांना पैशाप्रती डोळस बनवायचंय, पैशासाठी आंधळी हाव त्यांच्यात निर्माण नाही करायची नाहीये.

- उत्तम जीवन शैलीसाठी मुलांना गरजा (Need) , इच्छा (Wants) आणि उत्पन्न (Income) हि 'सुखी जीवनशैली निर्देशांक' संकल्पना स्पष्ट करून सांगा.

- वस्तू, सेवा खरेदी करताना केवळ किंमतीची तुलना करून निर्णय न घेता दर्जा हा घटक सुद्धा विचारात घ्यायचा असतो हे सुद्धा मुलांना प्रात्यक्षिकासह समजावून सांगा. उदाहरणार्थ, दोन वेगवेगळ्या ब्रान्ड्सच्या २०० ग्रॅम वजनाच्या वेफर्सच्या पाकिटांची

किंमत अनुक्रमे रु.४० आणि रु.४५ आहे असं समजूया, पण रु.४० किंमत असलेल्या वेफर्सच्या पाकिटावर दिलेल्या माहितीवरून त्यातील वेफर्स बनवण्यासाठी पाम तेलाचा वापर केला जात असल्याचे समजते तर रु.४५ किंमत असलेल्या पाकिटावरील माहितीनुसार त्यामध्ये राईसब्रान तेलाचा वापर असल्याचे लक्षात येत असेल तर दुसरे पाकीट ज्याची किंमत रु.४५ आहे त्यास पसंती देणे शहाणपणाचे ठरेल.

- सुपरमार्केटमधून केलेल्या खरेदीनंतर मिळालेली बिलं मुलांना हाताळू द्या. वस्तू उत्पादने यांच्या किंमती, इतर तपशील त्यांना समजावून सांगा. त्याबाबतचे त्यांचे प्रश्न, शंका दूर करा.

समारोप

लोभ असावा!

पैसा हा विषय तसा गुंतागुंतीचा आणि जर तो आपण मुलांना आपल्या मोठ्यांच्या दृष्टीकोनातून समजावायचा ठरवला तर मग त्यांच्यासाठी तो गुंता आणखी वाढण्याची शक्यता जास्त असते. 'पालकांनी मुलांना पैशाची गोष्ट कशी सांगावी' याबद्दल सांगू पाहणारं पुस्तक मराठीत उपलब्ध असल्याचे अजून तरी माझ्या माहितीत नव्हतं. त्यामुळे याबाबत एखादी सुरुवात तरी व्हावी असा विचार मनात आला आणि या पुस्तकाचा जन्म झाला.

या पुस्तकात सांगितलेलं सगळं 'ब्रम्ह्वाक्य' आहे असा माझा मुळीच दावा नाही. पैशाबाबत मला आलेले अनुभव, त्याबाबत माझ्या बौद्धिक कुवतीनुसार केलेला साधक-बाधक विचार, ज्यानुसार केलेला अभ्यास-विश्लेषणाचा प्रयत्न हे या पुस्तकामागील घटक. यातूनही यामध्ये जर काही त्रुटी राहिल्या असतील तर त्या पूर्णपणे माझ्या असतील.

पण प्रत्येक मराठी घरामधील मुलाची 'पैसा' या गोष्टीस जाणून घेण्याची सुरुवात त्याच्या तिशीमध्ये नाहीतर इयत्ता तिसरीत जाण्याआधी व्हावी या प्रामाणिक उद्देशातून केलेल्या या प्रयत्नास तुम्हा सर्वांचा प्रतिसाद तितकाच उदंड असेल याची मला खात्री आहे.